Mục lục

ĐƯỢC CỨU RỖI NHƯNG LẠC LỐI: NGƯỜI CẢI ĐỔI CHƯA ĐƯỢC ĐỀU KINH THÁNH – Phiên bản tiếng Việt

"Cô ấy đã được cứu năm lần... nhưng chưa bao giờ được dạy dỗ lần nào."

Một câu chuyện tiết lộ nỗi đau của Thiên đường — và hy vọng của Giáo hội.

Qua

Đại sứ Thứ Hai O. Ogbe ; Tiện nghi Ladi Ogbe ; Zacharias Godseagle

Trang bản quyền

ĐƯỢC CỨU RỖI NHƯNG LẠC LỐI: NGƯỜI CẢI ĐỔI CHƯA ĐƯỢC ĐỀU HƯỚNG

Được xuất bản bởi:

Zacharias Godseagle & God's Eagle Ministries

Tác giả:

Zacharias Godseagle

Comfort Ladi Đại sứ Ogbe

Thứ Hai O. Ogbe

In tại Hoa Kỳ.

Về cuốn sách - ĐƯỢC CỨU NHƯNG LẠC LỐI: NGƯỜI CẢI ĐỔI CHƯA ĐƯỢC ĐỀU HƯỚNG

Điều gì xảy ra khi sự cứu rỗi trở thành một con số thống kê chứ không phải một câu chuyện?

Giữa lòng Nairobi, một vị mục sư đầy nhiệt huyết xây dựng một đại nhà thờ dựa trên những lời kêu gọi mạnh mẽ. Mỗi Chủ nhật, hàng ngàn người giơ tay lên — nhưng rất ít người đứng dậy trong đức tin. Anita Wambui, một sinh viên đại học đang tìm kiếm Chúa, đã trả lời hết lần này đến lần khác — được "cứu rỗi" năm lần nhưng chưa bao giờ được môn đồ hóa.

Khi tiếng kêu cứu của cô lan truyền khắp internet, nó đã phá vỡ ảo tưởng của cả một lục địa và làm rung chuyển trái tim Thiên đường.

Qua cuộc đời của Anita, Mục sư Esther, Ruth và một nhóm người khiêm nhường còn sót lại, câu chuyện tiên tri này phơi bày một sự thật nguy hiểm: **quyết định không tạo nên môn đồ – mà chính các mối quan hệ mới tạo nên.**

Lấy cảm hứng từ những sự kiện có thật trên khắp Châu Phi và nhiều nơi khác, *Saved But Lost* là một câu chuyện ngụ ngôn điện ảnh kêu gọi các nhà thờ, mục sư và tín đồ quay trở về với trái tim của Chúa Jesus — nơi sự phục hưng bắt đầu từ gốc rễ, chứ không phải từ sự vội vã.

◈ *"Vì ngươi hâm hẩm... nên Ta sẽ mửa ngươi ra." — Khải Huyền 3:16*

Liệu chúng ta có chậm lại đủ lâu để bước đi cùng Ngài không?

MÔ TẢ BÌA SAU BÌA MỀM

Nếu được cứu rỗi... vẫn chưa đủ thì sao?

Saved But Lost kể về Anita Wambui — một phụ nữ trẻ được "tái sinh" năm lần nhưng chưa bao giờ được môn đồ hóa — và Mục sư Esther Mwangi, một nhà thuyết giáo nhiệt huyết với mục vụ nhanh chóng va chạm với chân lý chậm rãi của Chúa Jesus.

Từ những nhà thờ lớn rực rỡ ở Nairobi đến những nhóm môn đồ yên tĩnh dưới tán cây, câu chuyện hấp dẫn này phơi bày điểm mù lớn nhất của nhà thờ hiện đại: gốc rễ nông cạn bên dưới những bàn thờ sáng bóng.

Khi lời chứng lan truyền của Anita làm đảo lộn cả một quốc gia, một nhóm người còn sót lại nổi lên — các mục sư ăn năn, các môn đồ xuất hiện và Chúa Kitô giành lại Cô dâu của Ngài.

Một câu chuyện mang tính tiên tri và vô cùng xúc động lấy cảm hứng từ những sự kiện có thật, *Saved But Lost* kêu gọi mọi tín đồ, nhà lãnh đạo và người tìm kiếm hãy khám phá lại sứ mệnh đã bị lãng quên: **"Hãy đi và làm môn đồ."**

Từ Châu Phi đến các quốc gia khác, một phong trào mới bắt đầu - không lớn hơn, nhưng sâu sắc hơn.

Bởi vì Thiên đường đếm trái tim chứ không phải đếm bàn tay.

TỪ KHÓA

1. Tiểu thuyết môn đồ Cơ Đốc
2. Tiểu thuyết Cơ đốc giáo Châu Phi
3. Dụ ngôn nhà thờ hiện đại
4. Câu chuyện cứu rỗi và môn đồ
5. Kịch Kitô giáo đầy cảm hứng
6. Câu chuyện chuyển đổi dựa trên đức tin
7. Sự hồi sinh thông qua mối quan hệ

- "Tiểu thuyết Kitô giáo về môn đồ và sự phát triển tâm linh"

- “Vở kịch Cơ đốc giáo Châu Phi về sự cứu rỗi và đức tin”
- “Tiểu thuyết truyền cảm hứng dựa trên đức tin về nhà thờ hiện đại”
- “Những câu chuyện dạy về sự khác biệt giữa người cải đạo và tín đồ”
- “Sách Cơ Đốc về sự cố vấn, sự biến đổi và sự hồi sinh”
- “Những câu chuyện tiên tri của Kitô giáo về đức tin nông cạn và gốc rễ sâu xa”
- “Sách dành cho mục sư và các nhà lãnh đạo về môn đồ thực sự”

CỐNG HIẾN

Đối với **thân thể của Đấng Christ** ,

đôi khi la lớn hơn những gì mình nghe được — đếm những người cải đạo nhưng quên tên — nhưng nhờ ân điển, vẫn nghe thấy Chúa Giê-su gõ cửa.

Gửi đến mỗi **Anita** — đang tìm kiếm, chân thành và vô hình —

và mỗi **Esther** — được gọi, được ban cho tài năng, nhưng đang học lại cách ngồi dưới chân Ngài.

Gửi đến **thế hệ tiếp theo của những người truyền bá giáo lý** ,

những người sẽ xây dựng những chiếc bàn chứ không phải những tòa tháp —và dạy về trái tim chứ không phải về những thẻ bắt đầu bằng dấu thăng.

Công trình này dành riêng cho bạn.

Nguyện bạn bước đi trọn vẹn trong Đại Mạng Lệnh — không phải để đi nhanh hơn, mà để đi *sâu hơn* .

LỜI CẢM ƠN

Mỗi câu chuyện đánh thức trái tim đều bắt đầu bằng một lời thì thầm từ Thiên Đàng. *Saved But Lost: The Discipleship Series* ra đời không chỉ từ sự sáng tạo, mà còn từ gánh nặng — gánh nặng nhìn thấy những tín đồ được bám rễ, chứ không phải bị thúc ép; được môn đồ hóa, chứ không chỉ đơn thuần được tuyên bố là đã được cứu rỗi.

Lời cảm ơn sâu sắc nhất của chúng tôi xin gửi tới:

- **Chúa Jesus Christ** , Đấng vẫn đứng ngoài cửa và gõ cửa — kêu gọi Hội thánh của Ngài trở lại với công việc chậm rãi của tình yêu thương và sự biến đổi.
- **Chúa Thánh Thần** là người thầy và người hướng dẫn của chúng ta, người có niềm tin tạo nên sự môn đồ đích thực.
- **Comfort Ladi Ogbe** , người vợ yêu quý và đồng nghiệp của tôi, người có giọng nói, lời cầu nguyện và sự thấu hiểu đã thổi hồn dịu dàng vào mọi suy ngẫm và lời cầu nguyện trong loạt bài này.
- **Nhóm Toàn cầu của God's Eagle Ministries (GEM)** , với sự tận tâm, sáng tạo và đức tin vững chắc đã biến tầm nhìn này thành hiện thực thông qua văn bản, phim ảnh và công nghệ.
- Gửi đến mọi người đào tạo môn đồ, người cầu thay và tín đồ trên khắp Châu Phi, Châu Mỹ, Châu Á, Châu Âu và nhiều nơi khác — những người chọn con đường hẹp về chiều sâu thay vì sự phô trương.

Điều này dành cho bạn - những người còn sót lại đang trỗi dậy trong tình yêu, sự thật và quyền năng.

Đại sứ Monday O. Ogbe,

Nhà chiến lược chuyển đổi quốc gia, Bộ Truyền giáo Đại bàng của Chúa – GEM

LỜI NÓI ĐẦU

Khi Quyết Định Thay Thế Chức Môn Đồ

Ma-thi-ơ 28:19 | Lu-ca 6:46–49 | Khải Huyền 3:20

"Này, Ta đứng ngoài cửa và gõ..."

— *Khải Huyền 3:20*

Trên khắp các quốc gia, tôi đã chứng kiến đám đông tràn ngập bàn thờ, nước mắt rơi, tay giơ lên, trái tim rung động. Các mục sư hân hoan, số liệu thống kê tăng lên, nhưng rồi — khi âm nhạc lắng xuống — sự im lặng bao trùm.

Quá nhiều người bắt đầu tại bàn thờ nhưng không bao giờ tiếp tục trên Thập giá. Chúng ta ăn mừng *những quyết định* , nhưng lại bỏ bê *việc môn đồ hóa* .

Chúng ta đếm *số* , nhưng lại quên *tên* .

Cuốn sách này, *Saved But Lost (Được Cứu Nhưng Lạc Lối)* , ra đời từ nỗi đau ấy — nỗi đau của vô số tín đồ như Anita, những người được giới thiệu về Chúa Giê-su nhưng chưa bao giờ được mời *bước đi cùng Ngài* . Tôi đã gặp hàng trăm người trên khắp Châu Phi, Châu Á, Châu Mỹ và hơn thế nữa — tất cả đều đồng thanh kêu lên một tiếng thầm lặng:

"Tôi đã được cứu... nhưng tôi chưa bao giờ được chỉ cho cách sống."

Giáo hội hiện đại đã làm chủ được tốc độ — tăng trưởng nhanh, kết quả nhanh, cải đạo nhanh. Nhưng Chúa Giê-su không bao giờ kêu gọi chúng ta vội vàng; Ngài kêu gọi chúng ta bước theo. Đại Mạng Lệnh không nói: *"Hãy đi và cải đạo"*. Mà nói:

"Hãy đi và làm cho muôn dân trở thành môn đồ..." (Ma-thi-ơ 28:19)

Và việc trở thành môn đồ không phải là một khoảnh khắc - đó là một **hành trình** .

Lời kêu gọi trở về

Trong mỗi thế hệ, Chúa đều cất lên tiếng kêu – một lời nhắc nhở về những gì chúng ta đã mất.

Ngày nay, tiếng kêu ấy thật rõ ràng: **"Hãy trở về cội nguồn."**

Ánh sáng của chúng ta đã rực rỡ hơn tình yêu của chúng ta.

Sân khấu của chúng ta đã trở nên ồn ào hơn sự im lặng của chúng ta trước Ngài. Và các nhà thờ của chúng ta, mặc dù đông đúc, nhưng thường đói khát về mặt tâm linh.

Thánh Linh của Chúa đang kêu gọi các nhà lãnh đạo, mục sư, nhà truyền giáo và tín đồ ở khắp mọi nơi hãy chậm lại — để đổi sự *vội vã lấy cội nguồn* , *danh tiếng lấy sự đào tạo* và sự *cường điệu lấy sự thánh khiết* .

Chúng ta phải ngừng sản sinh ra những đứa trẻ mồ côi về mặt tâm linh và bắt đầu nuôi dạy con trai, con gái trong Vương quốc.

Một tấm gương cho thời đại chúng ta

Câu chuyện của Anita không phải là hư cấu — mà là một tấm gương.

Nó phản ánh Nairobi, đúng vậy — nhưng cũng phản ánh Lagos, London, Manila, Mexico City, New York và Jerusalem. Nó phản ánh mọi tình thân, nơi những bàn tay giơ lên thờ phượng, nhưng trái tim vẫn lang thang.

Nó hỏi chúng ta:

- Chúng ta mang chúng đến với Chúa Giêsu hay đến với chính mình?
- Chúng ta có dạy họ tiếng nói của Ngài hay chỉ dạy chương trình của chúng ta?
- Chúng ta có cùng họ vượt qua nỗi đau hay rao giảng khi họ vẫn còn khóc không?

Ảo tưởng về sự hồi sinh mà không có mối quan hệ là điều nguy hiểm.

Đám đông có thể reo hò, nhưng Thiên đường vẫn có thể khóc.

Chúa Giêsu đã nói,

"Nhiều người sẽ thưa với Ta rằng: 'Lạy Chúa, lạy Chúa...' nhưng Ta sẽ nói rằng: 'Ta không hề biết các ngươi.'"

(Ma-thi-ơ 7:22–23)

Đây không phải là một lời lên án — mà là một lời mời gọi.

Một lời mời gọi trở về với *chiều sâu* , với *sự môn đồ hóa* , và với *cánh cửa của sự biến đổi đích thực.*

Khoảnh khắc tiên tri

Khi tôi cầu nguyện về công việc này, Chúa đã phán với lòng tôi:

"Thứ Hai, Giáo Hội của Ta đã thành thạo lời kêu gọi lên bàn thờ nhưng lại quên mất việc theo dõi.

Họ sinh ra những người này nhưng lại để họ phải đổ máu. Hãy nói với họ rằng — Ta vẫn đang gõ cửa."

Lúc đó tôi nhận ra rằng việc làm môn đồ không phải là một chiến lược — mà là một sứ mệnh giải cứu.

Mỗi người cải đạo chưa được dạy dỗ là một tâm hồn phiêu bạt — chỉ cần một quyết định là tuyệt vọng, chỉ cần một câu hỏi chưa được giải đáp là bỏ cuộc.

Đó là lý do tại sao *Saved But Lost* tồn tại:

Để cho chúng ta thấy điều gì xảy ra khi sự cứu rỗi được ban cho mà không có sự chăn dắt. Để đánh thức chúng ta về mệnh lệnh bị lãng quên của Chúa Giê-su — *"Hãy chăn chiên Ta."*

Sự thức tỉnh đã bắt đầu

Trên khắp thế giới, một số người còn sót lại đang trỗi dậy.

Những vòng tròn nhỏ dưới tán cây, trong lớp học, trong nhà — những tín đồ lại tụ họp, không phải để giải trí mà để được biến đổi.

Từ Nairobi đến Abuja, từ Manila đến Madrid, từ São Paulo đến Seoul — trái tim đang mở ra, và phúc âm đích thực của *việc đồng hành với Ta* đang trở lại.

Đây là phong trào *được cứu nhưng lạc lối* đại diện — một lời kêu gọi hãy chậm lại, ngồi dưới chân Ngài và bước đi theo đường lối của Ngài.

Lời cầu nguyện của tôi dành cho bạn

Khi đọc, đừng vội vàng. Hãy để từng chương đọc lại chính bạn.

Hãy nhìn thấy chính mình trong Anita. Nhìn thấy chức vụ của bạn trong Esther. Nhìn thấy thế hệ của bạn trong Ruth.

Và khi trang cuối cùng lật đến, câu chuyện của riêng bạn sẽ bắt đầu -

câu chuyện về hành trình đồng hành cùng Chúa Giê-su, từng bước một.

Đây không chỉ là một cuốn sách — mà là lời triệu hồi từ Thiên Đàng.

Thánh Linh vẫn đang phán,

"Này, Ta đứng ngoài cửa và gõ..."

Bạn có mở không?

Với sự ân sủng và chân lý,

Đại sứ Monday O. Ogbe

Nhà chiến lược chuyển đổi quốc gia

Người sáng lập – God's Eagle Ministries (GEM)

◈ www.otakada.org[1]

LỜI NÓI ĐẦU PHIM

"Được cứu... Nhưng đã mất"

1. https://www.otakada.org

Lu-ca 8:13 | Giăng 8:31–32 | Ma-thi-ơ 23:15

Nắng chiều rực rỡ trên Nairobi.

Đám đông tụ tập trên cánh đồng trống trải - biểu ngữ tung bay, nhạc vang rền, và không khí rộn ràng với những tiếng hô vang Hallelujah. Ánh đèn sân khấu lấp lánh trên những nhạc cụ bóng loáng khi một người phụ nữ bước lên, micro trên tay - giọng cô ấy dữ dội, niềm đam mê không gì ngăn cản được.

"Nếu bạn muốn Chúa Jesus trong cuộc đời mình," cô ấy kêu lên,

"hãy đến ngay! Đừng trì hoãn vận mệnh của bạn!"

Đám đông vỡ òa.

Tiếng trống vang lên. Một dòng người ùa về phía sân khấu — vừa khóc vừa giơ tay, run rẩy vì xúc động.

Trong số đó có **Anita Wambui** , một sinh viên đại học trẻ với đôi mắt đầy trăn trở.

Cô đã phải đấu tranh với chứng trầm cảm, nỗi đau khổ và những câu hỏi mà không bài giảng nào có thể giải đáp. Chiều hôm đó, cô chạy về phía trước, nước mắt tuôn rơi.

Một cố vấn ôm cô ấy thật chặt, thì thầm, "Chào mừng đến với gia đình"

và chuyển sang cánh tay tiếp theo giơ lên. Không ai hỏi tên cô ấy. Không ai hỏi câu chuyện của cô ấy.

Tối hôm đó, cô về nhà, tay ôm chặt một tờ rơi nhỏ: *"Giờ thì bạn đã được cứu rồi"*.

Trái tim cô rung lên vì hy vọng — *có lẽ lần này sẽ khác.*

Nhưng một tháng sau, một cuộc thập tự chinh khác lại đến.

Một nhà thuyết giáo khác. Một lời kêu gọi khác. Vẫn đám đông đó. Vẫn cảm xúc đó. Và một lần nữa, Anita lại tiến về phía trước — khóc lóc, ăn năn, rồi lại cam kết.

"Thêm một linh hồn nữa cho Chúa Jesus!" vị mục sư hét lên.

Đám đông reo hò. Máy ảnh bấm liên hồi. Hashtag trở thành xu hướng.

Không ai nhận ra cô ấy từ cuộc thập tự chinh cuối cùng.

Nhiều tuần trôi qua thành nhiều tháng.

Năm nhà thờ khác nhau. Năm "sự cứu rỗi" khác nhau. Năm lời kêu gọi vào bàn thờ khác nhau.

Mỗi lần cô ấy đều được nghe rằng, "Giờ cô là người mới rồi - quá khứ của cô đã qua rồi."

Nhưng quá khứ vẫn theo cô về nhà.

Những đêm cô đơn lại trở về.

Dục vọng siết chặt hơn. Vết thương cũ lại mở ra. Cô cầu nguyện, ăn chay, xưng tội — nhưng chẳng có gì thay đổi.

"Họ nói với tôi rằng tôi đã được tái sinh..."

một đêm nọ, cô thì thầm, nhìn chằm chằm lên trần nhà, "nhưng tại sao tôi vẫn khóc mỗi đêm? Tại sao tôi cảm thấy cô đơn đến vậy?"

Ở một nhà thờ, họ mặc đồ cho cô bé để tham gia đội kịch.

Ở một nhà thờ khác, họ đưa cho cô bé một câu Kinh Thánh để học thuộc lòng. Ở một nhà thờ khác, một người hướng dẫn nói với cô bé: "Cứ cầu nguyện nhiều hơn đi - con sẽ thấy tốt hơn."

Không ai nhận ra sự hoảng loạn ẩn sau nụ cười của cô.

Không ai nhìn thấy sự chiến đấu trong mắt cô.

Đằng sau cánh cửa đóng kín, cô ấy vật lộn với:

- **Dục vọng** thiêu đốt trong mỗi đêm cô đơn.
- **Nỗi sợ** thì thầm rằng cô ấy không đủ.
- **Chấn thương** do bị lạm dụng mà cô chưa bao giờ kể với bất kỳ ai.
- **Những lời đồn đại** khiến cô ấy bị cô lập.
- **Nghi ngờ** rằng Chúa thực sự đã cứu cô.

Năm nhà thờ.

Năm tiếng reo hò. Năm cái ôm hời hợt. Nhưng không có một môn đồ nào.

Một đêm nọ, trong một buổi biểu diễn kịch ở nhà thờ,

Anita đã suy sụp ở hậu trường - run rẩy, khóc không ngừng.

Một diễn viên khác nhìn sang với vẻ bối rối.

"Có chuyện gì vậy?"

"Tôi không còn biết mình là ai nữa," cô nức nở. "Tôi tan nát cõi lòng."

Người diễn viên do dự rồi nhẹ nhàng nói:

"Cứ cầu nguyện bằng tiếng lạ đi chị."

Cô đã cố gắng -

nhưng lời nói trở nên vô nghĩa.

Đêm đó, khi buổi lễ kết thúc với tiếng vỗ tay và ánh đèn,

Anita lặng lẽ lẻn ra khỏi cửa hông — không ai chú ý, không ai nhìn thấy, không ai sờ mó.

Bên ngoài, mưa bắt đầu rơi.

Tiếng ồn ào của đám đông vọng lại phía sau cô — lời ca ngợi không hiện diện, lễ mừng không kết nối.

"Giữa tiếng ồn ào của sự hồi sinh, bà lạc lõng trong sự im lặng của sự lãng quên.

Bàn thờ gọi bà — nhưng không ai theo bà về nhà."

Giọng nói của Chúa Giêsu (nhẹ nhàng, sâu lắng):

"Bạn đã nhanh chóng thu thập chúng — nhưng bạn chưa bao giờ bước chậm cùng chúng.

Bạn đã cho chúng ánh sáng — nhưng không cho chúng rễ."

Khi Anita biến mất trong mưa,

bên trong nhà thờ, màn hình sáng lên:

'Nhà thờ Glory Path – 5.000 linh hồn được cứu trong tháng này!'

Nhưng Chúa lại kể một câu chuyện khác.

"Và Chúa Giê-su đứng ở cửa,

gõ cửa, chờ đợi và khóc lóc."

Đây chính là nơi mọi chuyện bắt đầu.

Câu chuyện về một linh hồn đã gặp Chúa Jesus năm lần —nhưng chưa bao giờ gặp được một môn đồ nào.

Câu chuyện về một nhà thờ hoạt động nhanh chóng —

và một Đấng Cứu Thế vẫn đứng yên.

Câu chuyện được *cứu rỗi... nhưng bị lạc lối.*

CÁCH SỬ DỤNG DÒNG SẢN PHẨM NÀY

BỘ TRUYỆN NÀY VỪA LÀ **một câu chuyện, vừa là một hành trình môn đồ hóa.**

Bạn có thể sử dụng nó như sau:

1. ◈ **Một loạt phim** – Xem mỗi tập trong tổng số 12 tập phim, mỗi tuần một tập. Suy ngẫm và thảo luận bằng cách sử dụng các câu hỏi và lời cầu nguyện kèm theo.
2. ◈ **Sách Sùng Kính** – Đọc một tập mỗi tuần hoặc mỗi ngày. Suy ngẫm về Kinh Thánh, suy ngẫm qua phần Ambassador Insights, và kết thúc bằng lời cầu nguyện và lời tuyên xưng.
3. ◈ **Chương trình Đào tạo Môn đồ** – Dành cho các nhóm nhỏ, nhà thờ hoặc mục vụ. Mỗi tập kết thúc bằng một câu hỏi kích hoạt và một buổi cầu nguyện nhóm.
4. ◈ **Chuỗi bài truyền thông** – Sử dụng video suy ngẫm của Đại sứ Monday và Comfort Ogbe như những bài suy ngẫm hàng tuần trên mạng xã hội hoặc trong các chương trình phát sóng mục vụ.

◈ Dòng chảy hàng tuần được đề xuất

Ngày	Tập trung
Ngày 1	Xem/Đọc Tập phim (Câu chuyện + Kinh thánh)
Ngày 2	Suy ngẫm về những hiểu biết sâu sắc của Đại sứ
Ngày 3	Cầu nguyện và tuyên bố
Ngày 4–5	Thảo luận và nộp đơn với nhóm hoặc gia đình của bạn
Ngày 6	Phục vụ hoặc làm chứng cho ai đó bằng bài học của tuần đó
Ngày 7	Nghỉ ngơi & Lắng nghe – Ghi lại những gì Chúa đang phán

Làm thế nào để đồng hành cùng Phong trào Toàn cầu

THAM GIA CÙNG NHỮNG tín đồ khác trên khắp thế giới bằng cách kết nối thông qua:

www.otakada.org[2]

#SavedButLostSeries #DiscipleshipNotDecision #GodsEagleMinistries

Đăng ký để nhận những bài suy ngẫm hàng tuần của Đại sứ Monday và Comfort Ogbe .

Qua liên kết YouTube này - https://www.youtube.com/@AmbassadorMondayogbe

Tất cả các tập phim trong tương lai sẽ có trên kênh này

Video của Anchor về "Saved but Lost" liên kết YouTube - https://youtu.be/qjewKKJLSKQ?si=hiblhmr9O75rmmqK

Quỹ Đại Mạng Lệnh

MA-THI-Ơ 28:18–19 (KJV)

"Vậy hãy đi và dạy dỗ muôn dân, hãy nhân danh Đức Chúa Cha, Đức Chúa Con và Đức Thánh Linh mà làm phép báp têm cho họ."

Đây không phải là lời kêu gọi đếm số người cải đạo — mà là kêu gọi môn đồ hóa các quốc gia.

2. **https://www.otakada.org**

GIỚI THIỆU

Một cánh đồng mênh mông dưới ánh mặt trời châu Phi. Vô số người giơ tay đầu hàng, nước mắt lăn dài trên khuôn mặt. Các mục sư hô vang: "Thêm một linh hồn được cứu!" Máy ảnh chớp nháy. Hashtag thịnh hành.

Nhưng trong bóng tối — một cô gái trẻ đứng một mình. Ánh mắt cô tìm kiếm một người sẽ bước đi bên cạnh mình. Nhưng không ai xuất hiện. Tên cô là **Anita.**

Đây không phải là hư cấu — mà là một tấm gương.

“Trên khắp các châu lục, chúng ta đã hoàn thiện sự cải đạo nhưng lại bỏ bê sự tiếp nối.

Chúng ta đã xây dựng những sân khấu cho các quyết định — nhưng lại ít bàn ghế cho việc môn đồ hóa. Chúng ta đã lấp đầy các tòa nhà — nhưng lại để trống rỗng trái tim.”

Nhà thờ hiện đại ồn ào, vội vã và bóng bẩy. Bàn thờ kêu gọi lũ lụt. Ánh sáng chói lòa.

Nhưng ẩn sau những tràng pháo tay là một nỗi đau âm thầm – đức tin chưa bén rễ, những tín đồ chưa được dạy dỗ , và những tâm hồn tan vỡ.

Nhiều người, như Anita, *“được cứu nhưng lạc lối”* – được giới thiệu về Chúa Giê-su, nhưng không được mời gọi đồng hành với Ngài.

“Cuốn sách này ra đời từ nước mắt — chứ không phải lý thuyết.

Trong mỗi lần tôi chứng kiến sự phục hưng, tôi thấy những quyết định tăng lên nhưng các môn đồ lại giảm đi. Đức Thánh Linh đã hỏi tôi một câu:

'Thứ Hai, họ được cứu khỏi tội lỗi hay chỉ khỏi sự buồn chán?'

Câu hỏi đó đã lay động tôi — và bắt đầu hành trình này.”

“Này, Ta đứng ngoài cửa và gõ.

Các ngươi xây tường thành lớn, nhưng lại quên lối vào. Hãy để Ta vào lại — không phải để đếm, mà để giao tiếp.”

Từ Nairobi đến New York, từ São Paulo đến Seoul — hàng triệu người mang danh “Kitô hữu”, nhưng vẫn phải vật lộn với những cơn nghiện thầm kín, chấn thương và sự nhầm lẫn về đức tin. Họ được **giới thiệu về sự cứu rỗi** , chứ không phải **được bắt đầu chuyển đổi.**

Trong nhiều nhà thờ, truyền giáo đã thay thế mối quan hệ.

Sự phát triển đã thay thế ân điển. Và những người cải đạo, chưa bao giờ bén rễ, sẽ trôi dạt theo mọi cơn bão.

"Cuốn sách này không phải là lời lên án. Nó là một lời cảnh tỉnh.

Nó là tấm gương soi cho các mục sư, là bản đồ cho các môn đồ, và là tiếng kêu cứu từ Thiên Đàng."

Lý do:

Saved But Lost không chỉ là một câu chuyện — mà còn là một tấm gương tiên tri.

Một câu chuyện ngụ ngôn điện ảnh của thời đại chúng ta. Nó đặt ra câu hỏi cho tất cả chúng ta: "Chúng ta đã thực sự đào tạo môn đồ... hay chỉ là những quyết định?" "Chúng ta đã đồng hành cùng họ, hay vẫy tay chào họ?" "Chúng ta đã xây dựng chiều sâu, hay chỉ xây dựng bề rộng?"

"Cuộc khủng hoảng lớn nhất trong hội thánh không phải là sự vô đạo đức — mà là sự non nớt.

Và cách chữa trị duy nhất... là việc môn đồ hóa."

Lời mời:

"Hãy theo Ta... không chỉ đến bàn thờ, mà còn qua thung lũng."

"Vậy thì hãy đến đây — hãy đồng hành cùng Anita. Đồng hành cùng Esther. Đồng hành cùng Ruth.

Hãy nhìn thấy chính mình trong hành trình của họ. Và khi câu chuyện kết thúc — hãy để câu chuyện của riêng bạn bắt đầu."

Âm thanh: Tiếng hợp xướng mờ dần; nhịp tim nhẹ nhàng; ánh sáng bình minh trên đường chân trời Nairobi.

Lời mời của người đọc:

Sau khi đọc xong, hãy thực hiện bước tiếp theo:

Tham gia Hành trình 40 ngày với Chúa Jesus – Phần 1[1]

Hoặc sử dụng liên kết này - https://www.otakada.org/get-free-40-days-online-discipleship-course-in-a-journey-with-jesus/

Tiếp tục với DNA của Đệ tử – Phần 2[2]

---

1. https://www.otakada.org/get-free-40-days-online-discipleship-course-in-a-journey-with-jesus/

Hoặc sử dụng liên kết này - https://www.otakada.org/get-free-40-days-dna-of-discipleship-journey-with-jesus-series-2/

Đại sứ Monday O. Ogbe (Kết thúc):

"Đây không chỉ là một câu chuyện. Đây là một lời kêu gọi.

Bởi vì Chúa Giê-su vẫn đang gõ cửa... và lần này, Ngài đang kêu gọi những cội nguồn."

2. https://www.otakada.org/get-free-40-days-dna-of-discipleship-journey-with-jesus-series-2/

CHƯƠNG 1 - Ảo ảnh

Lu-ca 10:38–41 | Ma-thi-ơ 23:15 | Khải Huyền 2:4–5

Nhà thờ Glory Path lấp lánh như một viên kim cương giữa lòng Nairobi. Những bức tường kính đón nhận ánh nắng mặt trời, phân tán chúng thành hàng ngàn mảnh vỡ nhảy múa trên sàn nhà bóng loáng. Không khí rộn ràng phấn khích khi năm nghìn người chen chúc tiến về phía trước, giọng hát dâng cao trong sự tôn thờ dưới tán đèn lung linh.

Mục sư Esther Mwangi đứng trên bục giảng — rạng rỡ, uy nghiêm, 42 tuổi và tràn đầy nhiệt huyết. Bài giảng của bà đầy nhiệt huyết, những lời kêu gọi lên bàn thờ của bà nổi tiếng. Mỗi Chúa Nhật đều là một màn trình diễn. Những cánh tay giơ lên. Nước mắt tuôn rơi. Tiếng hô vang "Hallelujah!" vang vọng khắp hội trường. Đó là một sự hồi sinh — hay có vẻ như vậy.

Phía trên cô, một màn hình lớn hiển thị khẩu hiệu của nhà thờ:

"Niềm tin nhanh chóng: Không có sự chậm trễ trong vận mệnh."

Trên khắp mạng xã hội, hashtag **#GlorySaved** trở thành xu hướng hàng tuần. Mỗi lời kêu gọi lên bàn thờ đều được phát trực tiếp, mỗi quyết định đều được ghi lại. Số lượt xem tăng cao vào mỗi Chủ Nhật, và chức vụ của Esther cũng thăng tiến vượt bậc.

Trong đám đông có một cô gái trẻ — **Anita Wambui** , một sinh viên đại học với đôi mắt sáng ngời, những câu hỏi quá sâu sắc để có thể trả lời ngay lập tức. Cô đã lớn lên trong im lặng và bóng tối, mang trong mình những vết thương không ai nhìn thấy. Khi nghe Mục sư Esther kêu lên: "Hãy đến với Chúa Jesus ngay bây giờ — quá khứ của con sẽ kết thúc hôm nay!", tim Anita đập loạn xạ. Chân cô di chuyển trước cả khi lý trí kịp phản ứng. Cô chạy về phía trước, nước mắt tuôn rơi, tay giơ lên.

Họ cầu nguyện cho cô. Máy ảnh chớp liên hồi. Người hướng dẫn đếm.

"Thêm một linh hồn nữa được cứu rỗi cho Chúa Kitô!"

Tiếng vỗ tay vang dội khắp hội trường.

Anita mỉm cười nhẹ. Lần đầu tiên sau nhiều tháng, cô cảm thấy mình được thấu hiểu.

Nhưng khi buổi lễ kết thúc, cô lại thấy mình đơn độc — không có ai theo dõi, không có bạn bè, không có ai hỏi thăm câu chuyện của cô.

Một tuần sau, ánh hào quang ấy vụt tắt. Nỗi buồn lại len lỏi trở lại. Cô cầu nguyện, khóc lóc, rồi lại ăn năn - nhưng chẳng có gì thay đổi.

Rồi một cuộc phục hưng khác lại đến. Một nhà truyền giáo mới. Âm thanh vang dội hơn. Anita lại đến - hy vọng lần này sẽ được lâu hơn. Vẫn những giọt nước mắt ấy, vẫn những lời lẽ ấy, vẫn những tràng pháo tay ấy.

“Các ngươi là tạo vật mới!” họ hét lên.

Cô ấy đã tin như vậy được vài ngày.

Rồi cô ấy lại sa vào những thói quen cũ, những suy nghĩ cũ, những nỗi đau cũ.

Năm nhà thờ sau, Anita đã được "cứu rỗi" năm lần.

Mỗi lần, một đám đông mới lại vỗ tay. Mỗi lần, cô đều được tôn vinh — nhưng chưa bao giờ được môn đồ hóa.

Không ai hỏi: "Bạn có hiểu về sự cứu rỗi không?"

Không ai cùng cô vượt qua nỗi đau mà cô phải chịu đựng khi còn nhỏ. Không ai nhận thấy cô phải đấu tranh với ham muốn, sự cô đơn và tự làm hại bản thân.

Họ tặng cô quần áo mới để đi lễ nhà thờ, dạy cô cách trích dẫn Kinh Thánh và mời cô tham gia đội kịch. Nhưng sâu thẳm bên trong, Anita đang dần tan vỡ.

Một Chủ Nhật nọ, ở hậu trường trước buổi diễn, tay cô bắt đầu run rẩy không kiểm soát. Ngực cô thắt lại. Cô không thở được. Nước mắt tuôn rơi khi cô thì thầm với một diễn viên đồng nghiệp:

“Tôi không biết mình là ai nữa. Nội tâm tôi tan vỡ quá.”

Cô gái nhìn chằm chằm vào cô với vẻ mặt trống rỗng.

“Cứ cầu nguyện bằng tiếng lạ đi chị.”

Anita đã cố gắng. Nhưng lời nói nghe thật trống rỗng.

Tiếng vỗ tay từ sân khấu lại vang lên như sấm - nhưng bên trong, cô đang suy sụp.

Mỗi tuần, nhà thờ đều ăn mừng những con số. Mỗi tháng, những số liệu thống kê mới lại tràn ngập màn hình. Linh hồn được cứu rỗi. Lễ rửa tội được ghi nhận. Hashtag thịnh hành.

Nhưng Chúa Giê-su vẫn đứng lặng lẽ phía sau, gõ cửa.

Không ai nghe thấy Ngài giữa tiếng nhạc ồn ào.

Họ quá bận rộn tính toán các quyết định đến nỗi quên mất việc vun trồng lòng tận tụy. Họ

quá háo hức muốn sinh hoa trái đến nỗi đã gieo trồng trên nền bê tông. Giống như Martha, họ "bị phân tâm bởi nhiều việc phục vụ", bỏ lỡ giọng nói êm dịu phán rằng:

"Mary đã chọn điều tốt hơn."

Dưới góc nhìn của Thiên Đàng, Đường Vinh Quang ồn ào nhưng lạnh nhạt.

Một ảo ảnh nhộn nhịp, đẹp đẽ — sự hồi sinh không gốc rễ.

Và Anita là nạn nhân thầm lặng của nó.

SỰ PHẢN XẠ

CHÚNG TA THƯỜNG ĐỒNG nhất sự phấn khích với sự gặp gỡ, nhưng cảm xúc không phải là sự biến đổi.

Giáo hội ngày nay phải chậm lại. Lời kêu gọi đến bàn thờ không phải là đích đến — mà là điểm khởi đầu cho một hành trình trọn đời.

Khi chúng ta vội vã thúc giục người khác đến với sự cứu rỗi mà không đồng hành cùng họ sau đó, chúng ta tạo ra những đứa trẻ mồ côi tâm linh - những tín đồ cảm xúc không có nền tảng. Kẻ thù không sợ quyết định; nó sợ môn đồ hóa.

Câu chuyện của Anita không chỉ là câu chuyện của riêng cô ấy — mà còn là của chúng ta.

Bao nhiêu người đã bước qua cánh cửa của chúng ta rồi lại ra về bằng cửa sau, không ai nhìn thấy và không ai cho ăn? Bao nhiêu giọt nước mắt được vỗ tay nhưng không bao giờ được truyền dạy?

Sự phục hưng không phải là về đám đông — mà là về Đấng Christ được hình thành bên trong.

CHÌA KHÓA KINH THÁNH

"MARTHA, MARTHA, CON lo lắng bối rối về nhiều chuyện. Nhưng có một chuyện cần thiết mà thôi..." — **Luca 10:41–42**

"Các ngươi đi khắp đất liền và biển cả để thuyết phục một người theo đạo; nhưng khi đã thuyết phục được rồi, các ngươi lại làm cho họ trở nên người địa ngục gấp đôi các ngươi." — **Ma-thi-ơ 23:15**

"Ngươi đã bỏ tình yêu ban đầu. Hãy nhớ lại độ cao mà ngươi đã sa ngã..." — **Khải Huyền 2:4–5**

THỬ THÁCH HÀNH ĐỘNG

HÃY CHẬM LẠI.

Hãy tìm kiếm một người đã đến với Chúa trong tuần này — và đồng hành cùng họ. Hãy hỏi han câu chuyện của họ. Hãy lắng nghe tiếng lòng của họ. Hãy là bàn tay Chúa Giê-su sẽ dang rộng.

Sự hồi sinh bắt đầu khi chúng ta chọn chiều sâu thay vì sự phô trương.

CHƯƠNG 2 - Tiếng gõ cửa

Khải Huyền 3:20 | Lu-ca 10:38–42 | Giăng 10:27

Thành phố Nairobi rực rỡ dưới bầu trời đêm.

Bên trong hội trường của trường, hàng trăm người tụ tập - ánh đèn nhấp nháy, âm nhạc vang vọng khắp các bức tường. Một sự hồi sinh khác. Một lời hứa đột phá khác.

Anita ngồi gần cuối lớp, tay khoanh lại, mắt mỏi mệt. Cô đã khóc hết nước mắt. Xung quanh cô, học sinh nhảy múa, hò hét, giơ tay. Nhưng sâu thẳm trong lòng, cô cảm thấy tê liệt.

Phía trước, ban nhạc chơi to hơn, giọng hát vang lên cao trào — "Đây là khoảnh khắc của bạn! Phép màu của bạn! Định mệnh của bạn!"

Nhưng giữa tiếng nhạc, một giọng nói nhẹ nhàng, êm dịu bắt đầu thì thầm - yếu ớt nhưng rõ ràng.

"Này... Ta đứng ngoài cửa... và gõ."

Tiếng vỗ tay át đi tiếng reo hò.

Nhưng Thiên Đường không vỗ tay. Thiên Đường đang gọi.

Rồi trong buổi làm chứng, một cô gái trẻ đứng lên.

Cô ấy không có trong chương trình. Cô ấy không có danh hiệu. Tên cô ấy là **Ruth** — một người cố vấn trầm lặng, khiêm nhường trong trường, được biết đến nhiều hơn nhờ việc cầu nguyện hơn là sự hiện diện trên sân khấu.

Giọng cô run rẩy, nhưng ánh mắt thì rực sáng.

"Khải Huyền 3:15 chép rằng: 'Ngươi chẳng lạnh cũng chẳng nóng, nên Ta sẽ nhả ngươi ra.'"

Căn phòng trở nên im lặng.

Một số người nhìn chằm chằm. Những người khác thì thầm.

Ruth tiếp tục: "Chúa Giê-su đang gõ cửa, nhưng lối tắt của chúng ta đã ngăn Ngài lại!"

Tiếng xì xào lan khắp đám đông. Ánh đèn nhấp nháy nhẹ. Ngay cả đội nhạc cũng sững người.

"Chúng ta đã làm điều đó một cách nhanh chóng và hào nhoáng," Ruth nói, "nhưng không trung thành.

Chúng ta đếm tay, nhưng không đếm trái tim. Chúng ta lấp đầy bàn thờ, nhưng không lấp đầy mạng sống."

Trong khoảnh khắc, cả hội trường như ngừng trôi. Không khí nặng nề - không phải vì phấn khích, mà là vì niềm tin.

Cùng giờ đó, **Mục sư Esther Mwangi** ngồi ở hậu trường — được mời làm diễn giả khách mời.

Bà đã mỉm cười suốt buổi lễ, vỗ tay trước các lời chứng, thậm chí còn tập dượt bài giảng của mình lần cuối. Nhưng giờ đây, khi Ruth nói, tay bà bắt đầu run rẩy.

Một câu thơ vang vọng trong tâm trí cô - câu thơ mà cô đã từng rao giảng nhưng chưa bao giờ thực hành:

"Nhưng chỉ có một điều cần thiết thôi... Maria đã chọn điều tốt hơn." (Luca 10:42)

Mạch cô đập nhanh. Cô nhắm mắt lại.

Trong một ảo ảnh, cô nhìn thấy nhà thờ của mình - đám đông reo hò, tay giơ lên, khuôn mặt sáng bừng dưới ánh đèn sân khấu. Nhưng rồi, từng khuôn mặt một mờ dần. Ánh đèn mờ dần. Sân khấu nứt ra.

Và phía sau cô, cô nhìn thấy một cánh cửa -

và một bàn tay đang gõ.

Sau buổi lễ, Ruth lặng lẽ thu dọn Kinh Thánh và rời khỏi hội trường. Anita đi theo cô từ xa. Cô muốn nói gì đó - muốn hỏi điều gì đó - nhưng không tìm được lời nào để diễn tả.

Cùng lúc đó, trong phòng khách sạn bên kia thành phố, Mục sư Esther ngồi một mình trong im lặng.

Không ca đoàn. Không máy quay. Không tiếng vỗ tay.

Cô ấy thì thầm, gần như run rẩy,

"Lạy Chúa... tất cả đều vô ích sao?"

Không có câu trả lời nào cả - chỉ có câu thơ đó:

"Mary đã chọn điều tốt hơn."

Lần đầu tiên sau nhiều năm, Esther khóc - không phải vì đám đông, mà là vì chính mình.

Ảo tưởng đã tan vỡ.

Tiếng vỗ tay đã im bặt. Và Thiên đường đang gõ cửa.

Không phải để lên án — mà là để bước vào.

SỰ PHẢN XẠ

MỖI SỰ PHỤC HƯNG ĐỀU đến lúc Thiên Đàng xen vào. Khi Chúa hạ giọng để chúng ta có thể nghe được tiếng thì thầm của Ngài.

Giống như Esther, nhiều nhà lãnh đạo ngày nay rất chân thành — nhiệt huyết, mạnh mẽ và đầy nhiệt huyết. Nhưng nhiệt huyết mà không có chiều sâu sẽ chỉ tạo ra tiếng ồn ào mà không có sự biến đổi. Hội Thánh phải tìm lại **tiếng nói ẩn sau âm lượng** — tiếng thì thầm đằng sau sự thờ phượng.

Khi Chúa Giê-su gõ cửa, Ngài không tìm kiếm một sân khấu — Ngài tìm kiếm một chỗ ngồi tại bàn.

Mối nguy hiểm lớn nhất của chúng ta không phải là tội lỗi, mà là sự thay thế - làm những việc tốt thay vì làm những việc của Chúa.

Ngài lại gõ cửa lần nữa — không phải vì số lượng của chúng ta, mà vì sự gần gũi của chúng ta.

CHÌA KHÓA KINH THÁNH

"NÀY, TA ĐỨNG NGOÀI cửa và gõ; nếu ai nghe tiếng Ta mà mở cửa, Ta sẽ vào nhà, ăn tối với người ấy, và người ấy sẽ ăn tối với Ta." — **Khải Huyền 3:20**

"Chiên Ta nghe tiếng Ta, Ta biết chúng và chúng theo Ta." — **Giăng 10:27**

"Maria đã chọn phần tốt hơn, và sẽ không có ai lấy mất phần đó." — **Luca 10:42**

THỬ THÁCH HÀNH ĐỘNG

TRƯỚC KHI NÓI THAY cho Chúa, hãy ngồi với Ngài.

Trước khi xây dựng nhà Ngài, hãy để Ngài xây dựng tấm lòng bạn. Hãy dừng lại tuần này và tự hỏi:

"Lạy Chúa, con có gõ cửa lớn hơn Chúa không?"

Vậy thì hãy lắng nghe. Ngài vẫn đang nói.

Ngài vẫn đang gõ cửa.

CHƯƠNG 3 - Cuộc khủng hoảng

M*a-thi-ơ 23:15 | Khải Huyền 3:16 | Giăng 15:8*

Sáng hôm sau buổi lễ phục sinh, thành phố thức giấc trong mưa.

Đường phố Nairobi lấp lánh dưới những đám mây xám xịt, và mùi đất ẩm nồng nặc trong không khí. Tại một quán cà phê nhỏ gần trường đại học, Anita ngồi một mình, những ngón tay run rẩy trên bàn phím máy tính xách tay. Cà phê của cô đã nguội lạnh. Mắt cô sưng húp vì khóc.

Trong nhiều ngày, cô đã lặp lại lời của Ruth:

"Chúa Giê-su đang gõ cửa... nhưng lối tắt của bạn đã ngăn Ngài lại."

Mỗi âm tiết đều đâm sâu - không phải vào nhà thờ, mà vào chính trái tim cô.

Cô đã sống qua những lối tắt đó. Cô đã là nạn nhân của sự vội vã đó.

Vì thế, cô bắt đầu viết.

Những lời nói của cô tuôn ra như một lời thú tội - thô ráp, run rẩy, chân thực:

"Tôi đã dâng hiến cuộc đời mình cho Chúa,

nhưng không ai giúp tôi sống cuộc đời đó. Tôi đã khóc trước bàn thờ, nhưng không ai bước đi bên cạnh tôi. Tôi được tôn vinh, nhưng không bao giờ được chăn dắt. Họ bảo tôi hãy reo hò chiến thắng, trong khi tôi lặng lẽ chìm đắm trong tội lỗi."

Cô dừng lại, nước mắt rơi xuống bàn phím.

Rồi cô viết tựa đề:

Được cứu nhưng bị lãng quên .

Cô ấy nhấn nút *xuất bản* .

Chỉ trong vài giờ, câu chuyện của cô đã lan truyền.

Đầu tiên là qua các nhóm WhatsApp, sau đó là các diễn đàn nhà thờ, rồi lan ra toàn quốc. Đến hoàng hôn, #SavedButForgotten đã trở thành xu hướng trên khắp Kenya. Đến sáng, nó đã lan đến Uganda, Ghana và Nam Phi.

Các mục sư chia sẻ nó - một số tức giận, một số im lặng.

Các tín đồ trẻ tuổi đăng lại, thì thầm,

"Đó là tôi."

Một số người chế giễu cô, nói rằng cô là kẻ phản loạn.

Những người khác khóc - vì họ thấy hình ảnh phản chiếu của mình trong nỗi đau của cô.

Tại Nhà thờ Glory Path, các nhân viên túm tụm lại trong sự bối rối.

Điện thoại reo liên hồi, hộp thư đến đầy ắp.

Ai đó đã in bài blog và đặt lên bàn làm việc của Mục sư Esther.

Cô đọc dòng đầu tiên một lần. Rồi hai lần.

Rồi cô ngừng thở.

"Tôi đã dâng hiến cuộc đời mình cho Chúa... nhưng không ai giúp tôi sống cuộc đời đó."

Tim cô đập thình thịch.

Giọng nói trong lời khai của Ruth vọng lại:

"Bạn không lạnh cũng không nóng..."

Cô cố gắng cầu nguyện — nhưng thay vào đó, nước mắt lại rơi.

Trợ lý của cô vội vã chạy vào:

"Mục sư, chúng ta cần một thông cáo báo chí!"

Esther thì thầm, gần như không nghe thấy,

"Không. Chúng ta cần phải ăn năn."

Khắp Nairobi, các phát thanh viên truyền hình tranh luận về bài đăng.

"Liệu Giáo hội có làm thế hệ sau thất vọng không?", một người hỏi. Những người gọi điện đến dồn dập kể lại câu chuyện - những người cải đạo đau khổ, tổn thương, im lặng.

Trong một ký túc xá, sinh viên đã tổ chức một buổi cầu nguyện, đọc to những lời của Anita.

Ở một ký túc xá khác, họ lập một nhóm WhatsApp có tên *'Đàn Chim Bị Lãng Quên'*.

Điều bắt đầu từ một lời thú tội đã trở thành một phong trào.

Và Thiên Đường đang dõi theo.

Đêm đó, mục sư Esther ngồi một mình trong văn phòng.

Đèn đã tắt. Tiếng ồn bên ngoài đã lắng xuống. Trên bàn làm việc của bà là một cuốn Kinh Thánh mở, và mắt bà dừng lại ở một câu Kinh Thánh mà trước đây bà chưa từng để ý đến:

"Các ngươi đi khắp đất liền và biển cả để thuyết phục một người theo đạo;

nhưng khi đã thuyết phục được rồi, các ngươi lại khiến họ trở nên con cái địa ngục gấp đôi các ngươi." — Ma-thi-ơ 23:15

Bà khóc - không phải vì tội lỗi, mà là vì đau buồn.

Trong nhiều năm, bà nghĩ mình đang xây dựng vương quốc của Chúa. Giờ bà mới nhận ra mình chỉ đang xây dựng những con số thống kê.

Một câu thơ lại thì thầm trong lòng nàng:

"Vì ngươi hâm hẩm, không nóng cũng không lạnh, nên Ta sắp mửa ngươi ra." (Khải Huyền 3:16)

Esther quỳ xuống.

"Lạy Chúa," cô kêu lên, "hãy dạy con cách đi lại."

Ngày hôm sau, cô bước vào một phòng học Kinh Thánh nhỏ trong ký túc xá.

Không đèn, không sân khấu, không khẩu hiệu. Chỉ có một nhóm sinh viên đang lặng lẽ đọc sách quanh một chiếc bàn cũ kỹ.

Trong số đó có Ruth — và bên cạnh cô ấy là Anita.

Esther đứng ở cửa, run rẩy.

Ruth ngước lên, ngạc nhiên. Anita sững người, không chắc chắn.

Nhưng Esther mỉm cười trong nước mắt.

"Tôi có thể tham gia cùng anh không?"

Cả phòng im lặng. Rồi Anita gật đầu.

Đêm đó, lần đầu tiên sau nhiều năm, Esther ngồi xuống - không phải với tư cách một nhà thuyết giáo, mà là một học trò.

Họ cùng nhau đọc Kinh Thánh. Họ cầu nguyện. Họ khóc.

Và trong căn phòng nhỏ bé đó, điều mà Thiên đường đã chờ đợi từ lâu đã bắt đầu nở rộ —

sự trở thành môn đồ.

SỰ PHẢN XẠ

MỌI CUỘC CẢI CÁCH ĐỀU bắt đầu bằng một lời thú tội.

Blog của Anita không phải là sự nổi loạn — mà là sự mặc khải. Khi sự thật trỗi dậy, lòng kiêu hãnh sụp đổ.

Chúng ta phải học cách lắng nghe tiếng kêu than ẩn sau những lời chỉ trích.

Đôi khi Chúa dùng những người bị tổn thương để đánh thức những người hiểu biết. Chính sự khiêm nhường của Esther đã biến khủng hoảng thành sự đổi mới.

Trong thời đại của các nền tảng và chương trình như hiện nay, chúng ta đừng bao giờ quên rằng sự thật không sợ bị phơi bày — nó sẽ được thanh lọc bởi sự phơi bày.

Khi Giáo hội ngừng tự bảo vệ mình và bắt đầu truyền bá đức tin cho người khác, sự phục hưng sẽ không còn là khẩu hiệu nữa mà trở thành một lối sống.

CHÌA KHÓA KINH THÁNH

"CÁC NGƯƠI ĐI KHẮP ĐẤT liền và biển cả để thuyết phục một người theo đạo; nhưng khi đã thuyết phục được rồi, các ngươi lại khiến họ trở nên con cái địa ngục gấp đôi các ngươi." — **Ma-thi-ơ 23:15**

"Vì ngươi hâm hẩm, không nóng cũng không lạnh, nên Ta sắp mửa ngươi ra." — **Khải Huyền 3:16**

"Cha Ta sẽ được vinh hiển khi các con kết nhiều quả và trở thành môn đồ của Ta." — **Giăng 15:8**

THỬ THÁCH HÀNH ĐỘNG

KHI SỰ THẬT ĐỐI DIỆN với bạn, đừng trốn tránh - hãy khiêm nhường.

Hãy cầu xin Thánh Linh:

"Tôi đã ăn mừng những quyết định nhiều hơn là việc làm môn đồ ở đâu?"

Hãy để lời thú tội trở thành lớp học của bạn.

Sự phục hưng bắt đầu nơi những lời bào chữa kết thúc.

CHƯƠNG 4 - Phần còn lại

Lu-ca 10:42 | Ê-sai 58:12 | Giăng 21:15–17

Chủ nhật tuần sau, Nhà thờ Glory Path vắng lặng lạ thường.

Bãi đậu xe, vốn đã đông nghẹt, giờ chỉ còn một nửa. Màn hình LED lớn không còn nhấp nháy số liệu thống kê nữa; đèn sân khấu cũng mờ dần.

Mục sư Esther Mwangi đứng trên bục giảng, run rẩy. Sự tự tin thường ngày của bà đã biến mất. Không áo choàng thiết kế, không cử chỉ tập dượt. Chỉ còn lại sự giản dị — và chân thành.

Cô nhìn những khuôn mặt trước mặt - ít hơn cô nhớ, nhưng lại chân thực hơn bao giờ hết. Nhiều người đến vì tò mò. Những người khác đến trong sự tức giận, vẫn còn tổn thương vì lời nói của Anita. Một vài người đến với hy vọng tìm được câu trả lời.

Esther hít một hơi thật sâu, giọng cô nghẹn ngào khi bắt đầu.

"Chúng ta đã phụ lòng Chúa Giêsu."

Những lời nói nặng nề lơ lửng trong không khí.

Tiếng xì xào lan khắp sảnh. Một số cúi đầu. Những người khác thì đờ người, không biết phản ứng thế nào.

"Chúng ta đếm tay mà không đếm trái tim," bà nói tiếp.

"Chúng ta đếm bàn thờ mà không đếm mạng sống. Chúng ta đếm những trái cây không bao giờ nảy mầm."

Đôi mắt cô ấy sáng lên.

"Tôi quan tâm đến hashtag hơn là sự thánh thiện. Tôi đam mê xu hướng hơn là sự biến đổi.

Nhưng Chúa Giê-su... đang gọi chúng ta trở về."

Một tiếng nấc nhẹ vang lên từ đâu đó trong đám đông.

"Không còn đường tắt nữa," cô thì thầm. "Không còn đất nông nữa.

Chúng ta sẽ không chạy nhanh như thế này nữa. Chúng ta sẽ bước chậm rãi — cùng với Chúa."

Cô nhắm mắt lại và giơ tay lên.

"Lạy Chúa, xin tha thứ cho chúng con."

Im lặng.

Rồi – chậm rãi – một người bắt đầu vỗ tay.

Đó là Ruth.

Cô đứng gần phía sau, nước mắt chảy dài trên má. Tay cô chuyển động nhịp nhàng, cung kính — không phải đang vỗ tay cho một người phụ nữ, mà là cho sự thật.

Những người khác cũng tham gia. Rồi căn phòng tràn ngập tiếng vỗ tay nhẹ nhàng — không phải tiếng reo hò, mà là tiếng vỗ tay chữa lành.

Ngày hôm đó đánh dấu một bước ngoặt.

Esther hủy bỏ tất cả các cuộc thập tự chinh sắp tới. Biểu ngữ được hạ xuống. Màn hình tối đen.

Thay vào đó, bà tập hợp những người còn lại - một ngàn trái tim trung thành - và gặp họ tại một công viên công cộng ở Nairobi.

Không micro. Không khẩu hiệu. Chỉ cần Kinh Thánh mở ra, trái tim rộng mở, và đất trời rộng mở.

Cỏ ướt đẫm sương. Bầu trời lấp lánh ánh sáng mới.

Esther đứng trước mặt họ và nói,

"Từ hôm nay, chúng ta sẽ không phát triển theo chiều rộng mà sẽ phát triển theo chiều sâu."

Cô quay sang Ruth và Anita.

"Anh sẽ giúp tôi xây dựng lại – không phải một đế chế, mà là một gia đình."

Ruth gật đầu. Mắt Anita ngấn lệ.

Lần đầu tiên sau nhiều năm, cô cảm thấy mình được nhìn nhận - không phải bằng một con số, mà bằng một cái tên.

Những tuần tiếp theo, các nhóm nhỏ được thành lập khắp thành phố.

Một số nhóm họp dưới gốc cây, số khác trong phòng khách, một số khác ở quán cà phê hoặc hội trường trường học. Mỗi nhóm đều rất đơn giản: đọc, cầu nguyện, chia sẻ và áp dụng.

Họ gọi chúng là **"Những Vòng Tròn Đường Đi"**.

Mỗi tín đồ mới đều được ghép đôi với một người cố vấn. Mỗi người cố vấn đều có một người dẫn đường. Mỗi buổi nhóm họp đều bắt đầu bằng lời tuyên bố này:

"Chúng tôi không phải là người cải đạo – chúng tôi là môn đồ."

Anita bắt đầu dẫn dắt một nhóm nhỏ các cô gái tuổi teen từ trường đại học của mình.

Ruth đi đến các khu ổ chuột gần đó, dạy các bà mẹ cách học Kinh Thánh.

Esther đào tạo các nhà lãnh đạo trẻ về nghệ thuật lắng nghe trước khi nói.

Dần dần, mọi thứ bắt đầu thay đổi.

Không còn những tràng pháo tay, không còn những hashtag thịnh hành — chỉ còn những cuộc sống lặng lẽ thay đổi.

Một phụ nữ trẻ, từng có ý định tự tử, đã chia sẻ câu chuyện của mình và mỉm cười lần đầu tiên sau nhiều tháng.

Một cậu bé từng chế giễu việc cầu nguyện giờ đây đã dẫn dắt bạn bè mình trong sự tận tâm hàng ngày. Một người đàn ông lớn tuổi, xa cách gia đình, đã làm hòa với vợ sau một buổi học về sự tha thứ.

Trời lại mỉm cười.

Một buổi tối, khi mặt trời lặn dần, Esther đứng ở rìa công viên ngắm nhìn những vòng tròn.

Kinh thánh mở ra, tay nắm chặt, trái tim sống động. Nước mắt trào ra.

Một giọng nói nhẹ nhàng thì thầm bên trong:

"Mary đã chọn điều tốt hơn."

Esther gật đầu nhẹ.

"Vâng, thưa Chúa. Chúng con sẽ không bao giờ vượt qua Người nữa."

Ảo ảnh đã biến mất.

Thứ còn lại... chính là **tàn dư** .

SỰ PHẢN XẠ

MỌI HÀNH ĐỘNG ĐÍCH thực của Chúa đều bắt đầu bằng sự tan vỡ. Khi sự cường điệu lắng xuống và lòng khiêm nhường trỗi dậy , Chúa Giê-su lại xuất hiện.

Sự ăn năn của Mục sư Esther không phải là sự yếu đuối — mà là sự khôn ngoan. Thiên đàng không bao giờ xây dựng trên sự kiêu ngạo; nó xây dựng trên sự đầu hàng.

Số còn lại không nhiều - chính là những người ở lại khi đám đông đã rời đi.

Họ không ồn ào, nhưng trung thành. Không nổi tiếng, nhưng trung thành.

Chúng ta đang sống trong thời đại mà Giáo hội phải tái khám phá sứ mệnh của mình — không phải là thực hiện, mà là **hình thành Chúa Kitô** trong con người.

Sự truyền đạo không phải là xu hướng. Nó là sự biến đổi.

CHÌA KHÓA KINH THÁNH

"MARIA ĐÃ CHỌN PHẦN tốt nhất, và sẽ không có ai lấy mất." — **Luca 10:42**

"Dân ngươi sẽ xây lại những nơi đổ nát xưa, và dựng lại những nền móng lâu đời; ngươi sẽ được gọi là Đấng sửa chữa những bức tường đổ nát, Đấng khôi phục những đường phố có nhà ở." — **Ê-sai 58:12**

"Hãy chăn chiên Ta." — **Giăng 21:17**

THỬ THÁCH HÀNH ĐỘNG

ĐỪNG CHẠY THEO ĐÁM đông – hãy theo đuổi Chúa Kitô.

Hãy tự hỏi:

"Chúa đã gọi tôi bước đi với ai?"

Tìm một người, nuôi dưỡng một người, dạy dỗ một người.

Điều quan trọng không phải là quy mô sân khấu của bạn — mà là mức độ vâng phục của bạn.

CHƯƠNG 5 - Rễ, không phải cây sậy

Cô-lô-se 2:6–7 | Giăng 15:5 | Lu-ca 8:15

Nhiều tuần đã trôi qua kể từ buổi sáng hôm đó trong công viên.

Nairobi vẫn rộn ràng với những lời bàn tán về sự thay đổi của Glory Path. Nhưng bên trong tàn tích đó, một điều gì đó yên tĩnh hơn — và sâu sắc hơn — đang lớn lên.

Các vòng tròn ngày càng mở rộng.

Nhà cửa trở thành lớp học ân sủng. Công viên trở thành nơi tôn nghiêm. Bàn bếp biến thành bục giảng.

Không có áp phích, không có chương trình — chỉ có sự hiện diện.

Mỗi nhóm đều bắt đầu theo cùng một cách:

"Thực sự thì bạn thế nào rồi?"

Nước mắt thường rơi trước khi có lời chứng.

Những câu chuyện từng ẩn sau lớp áo nhà thờ bỗng hiện ra.

Một bà mẹ trẻ đã thú nhận,

"Tôi không biết phải cầu nguyện thế nào nữa."

Một người đàn ông lớn tuổi nói,

"Tôi đã đi nhà thờ được hai mươi năm nhưng chưa bao giờ có một người bạn nào."

Không ai phán xét. Không ai vội vã. Họ lắng nghe. Họ cầu nguyện. Họ ở lại.

Vấn đề không còn là đám đông nữa mà là vấn đề **cộng đồng** .

Trong một nhóm dưới gốc cây keo, **Anita** ngồi cùng ba cô gái tuổi teen cùng trường đại học.

Họ mở Phúc Âm Gioan ra, đọc chậm rãi.

"Trong Ngài có sự sống, và sự sống là sự sáng của loài người..."

Anita dừng lại, giọng run rẩy.

"Ánh sáng ấy đã tìm thấy tôi trong đêm tối tăm nhất."

Một trong những cô gái thì thầm,

"Tôi chưa bao giờ đọc Kinh Thánh thành tiếng trước đây."

Anita mỉm cười nhẹ nhàng.

"Vậy thì hôm nay là bước đi đầu tiên của bạn."

Họ cười, họ khóc, họ cầu nguyện - không phải để biểu diễn, mà để được hòa nhập.

Ở một nơi khác, **Ruth** dẫn dắt một nhóm cố vấn cho các bà mẹ trẻ ở khu ổ chuột Kibera.

Mỗi tuần, họ học một câu chuyện trong Kinh Thánh và một câu chuyện cuộc sống.

Cô ấy sẽ nói,

"Làm môn đồ không phải là trốn tránh cuộc đấu tranh của bạn — mà là mời Chúa Giê-su vào cuộc đấu tranh đó."

Những người phụ nữ bắt đầu cầu nguyện cho nhau.

Họ thành lập những nhóm tiết kiệm nhỏ, chia sẻ thức ăn và chăm sóc con cái cho nhau.

Đức tin không còn chỉ được rao giảng nữa mà phải được thực hành.

Trọng tâm của buổi lễ là việc **Mục sư Esther** ngồi cùng một nhóm lãnh đạo trẻ.

Bà đã đổi micro lấy những khoảnh khắc. Thay vì giảng đạo, bà đặt câu hỏi.

"Chúa Giê-su đã dạy bạn điều gì trong tuần này?"

Họ nói về sự tha thứ, lòng kiên nhẫn và học cách lắng nghe.

Một người viết lên bảng:

"Đệ tử = Mối quan hệ + Trách nhiệm."

Esther gật đầu.

"Đúng vậy. Chúng tôi ngừng theo đuổi những người cải đạo — và bắt đầu rèn luyện tính cách."

Cô ấy mỉm cười.

"Chúng tôi đã quá quen với việc chạy, nhưng giờ chúng tôi đang học cách duy trì."

Trong một góc nhỏ của công viên, một người mới cải đạo tên là **David** bắt đầu viết nhật ký hàng ngày.

Nét chữ của anh run rẩy nhưng chân thật:

"Ngày 1 — Tôi đang học cách được yêu thương."

"Ngày 7 — Tôi đã nói sự thật lần đầu tiên." "Ngày 30 — Tôi đã tha thứ cho cha tôi."

Sự chuyển đổi không còn được đo bằng số lượng nữa mà bằng tên gọi.

Khắp Nairobi, những phép màu thầm lặng đã bén rễ.

Một góa phụ lần đầu tiên được tiếp khách sau nhiều năm. Một người bán hàng rong bắt đầu cầu nguyện buổi sáng cùng khách hàng. Một hiệu trưởng trường học bắt đầu hướng dẫn giáo viên của mình.

Chẳng có gì lan truyền rộng rãi. Chẳng có gì được đưa tin rầm rộ.

Nhưng trong sổ sách của Thiên Đàng, sự hồi sinh đang nở rộ dưới lòng đất.

Một buổi tối, Esther nhìn khắp công viên và thấy hàng trăm vòng tròn - đang đọc sách, cầu nguyện, cười đùa, khóc lóc.

Cô ấy thì thầm,

"Lạy Chúa, đây là cách Chúa xây dựng."

Một giọng nói nhẹ nhàng trả lời,

"Không phải tháp — mà là bàn. Không phải lau sậy — mà là rễ cây."

SỰ PHẢN XẠ

GIÁO HỘI HIỆN ĐẠI ƯA chuộng tốc độ — những buổi lễ nhanh, sự phát triển nhanh, thành công nhanh.

Nhưng Vương quốc phát triển theo mùa, chứ không phải theo giây.

Chúa Giê-su không bao giờ thúc giục các môn đồ. Ngài đồng hành với họ, ăn uống với họ, sửa dạy họ và chờ đợi họ học hỏi.

Hoa trái đích thực cần thời gian.

Rễ cây tuy vô hình, nhưng chúng giữ chặt mọi thứ trên mặt đất.

Nếu bạn lớn nhanh mà không đào sâu, bão tố sẽ nhổ bật rễ bạn.

Đã đến lúc đánh giá chức vụ bằng **chiều sâu chứ không phải khoảng cách.**

CHÌA KHÓA KINH THÁNH

"VẬY, ANH EM ĐÃ TIẾP nhận Đức Chúa Jêsus Christ làm Chúa như thế nào, thì hãy tiếp tục sống trong Ngài, hãy đâm rễ và xây dựng trên Ngài..." — **Cô-lô-se 2:6–7**

"Ta là cây nho, các ngươi là cành. Nếu các ngươi cứ ở trong Ta và Ta ở trong các ngươi, thì các ngươi sẽ sinh nhiều trái..." — **Giăng 15:5**

"Hạt giống rơi vào đất tốt là những người có lòng cao thượng và tốt lành, những người nghe lời, giữ lấy và nhờ kiên trì mà sinh hoa kết quả." — **Luca 8:15**

THỬ THÁCH HÀNH ĐỘNG

ĐỪNG VỘI VÀNG PHÁT triển – hãy tưới nước cho gốc rễ.

Hãy đọc một đoạn văn trong tuần này và ghi nhớ nó. Hãy để nó đọc bạn, chứ không chỉ cung cấp thông tin.

Hãy tự hỏi bản thân hàng ngày:

"Tôi đang nói sâu hơn hay chỉ nói to hơn?"

Bởi vì Thiên đường tôn vinh cội nguồn chứ không phải cây sậy.

CHƯƠNG 6 - Những gợn sóng

Công vụ 1:8 | Ê-sai 60:22 | Ma-thi-ơ 13:33

Mọi chuyện bắt đầu từ những việc nhỏ nhặt — một nhóm nhỏ tín đồ tụ họp dưới tán cây, trong ký túc xá, và quanh bàn ăn.

Nhưng như một giọt mưa rơi xuống mặt nước tĩnh lặng, phong trào bắt đầu lan tỏa.

Một giáo viên tại một trường trung học địa phương đã tham gia một trong những vòng tròn đó.

Mỗi sáng, cô ấy đều cầu nguyện thầm lặng trước lớp học.

"Lạy Chúa, xin biến con thành một môn đồ sinh sôi nảy nở."

Một buổi chiều nọ, một học sinh bắt gặp cô đang đọc sách Giăng.

"Cô ơi, cô đang học gì vậy?"

Cô ấy mỉm cười.

"Không phải cái gì — Ai."

Đến cuối tháng, cậu sinh viên ấy đã tập hợp được mười người bạn để lập một vòng tròn nhỏ phía sau phòng thí nghiệm khoa học.

Không khẩu hiệu, không ánh đèn sân khấu — chỉ có Kinh Thánh, sự chân thành và những bài hát được thì thầm trong hơi thở.

Ngay sau đó, các giáo viên từ các trường lân cận bắt đầu gọi:

"Bạn có thể chỉ cho chúng tôi cách bắt đầu một cái không?"

Những gợn sóng lan rộng hơn.

Ở chợ, một doanh nhân trẻ tên Peter đóng cửa hàng điện tử sớm vào mỗi thứ Năm.

Hàng xóm của anh cười ồ.

"Kinh doanh đang phát đạt – tại sao lại phải đóng cửa sớm?"

Anh ấy trả lời,

"Bởi vì tôi đã học được rằng nuôi dưỡng tâm hồn có giá trị hơn là bán màn hình."

Ông tập hợp những người chủ cửa hàng khác lại để cùng nhau học sách Châm ngôn, và nhóm WhatsApp của họ đã trở thành phao cứu sinh cho những gia đình đang gặp khó khăn.

Một buổi tối nọ, một phụ nữ Hồi giáo ở quầy hàng gần đó lặng lẽ tham gia.

Đến tuần thứ tư, bà thì thầm trong nước mắt:

"Chúa Giêsu này lắng nghe khi tôi nói."

Vương quốc đang phát triển — không phải thông qua những người thuyết giáo, mà thông qua con người.

Ở trường đại học, nhóm của Anita đã quá đông so với lớp học.

Cô chia họ thành những vòng tròn nhỏ hơn - mỗi vòng do một người từng hoài nghi dẫn dắt. Một cậu bé từng chế giễu đức tin của cô giờ đây dẫn dắt buổi cầu nguyện dưới gốc cây mà cô từng khóc.

"Chúng tôi không phải là người cải đạo," Anita nói với họ, "chúng tôi là bạn đồng hành của Chúa Kitô."

Họ bắt đầu phục vụ tại các bệnh viện, dạy kèm trẻ em đường phố và thăm hỏi người già.

Một cô gái, sau khi thoát khỏi ý định tự tử, đã bắt đầu công việc truyền giáo bằng thư từ — viết những lời động viên ẩn danh khắp khuôn viên trường.

Mỗi ghi chú đều kết thúc bằng:

"Bạn được nhìn thấy. Bạn được yêu thương. Bạn không bị lãng quên."

Trong khi đó, Mục sư Esther lặng lẽ đi khắp nơi — không phải để rao giảng, mà là để gieo trồng.

Bà gặp gỡ các nhà lãnh đạo nhà thờ nhỏ trên khắp Nairobi, huấn luyện họ chuyển từ *các buổi lễ Chủ Nhật* sang *các hoạt động thường ngày*.

Một buổi tối nọ, tại một buổi họp mặt của các mục sư, bà chia sẻ:

"Chúng ta đã từng theo đuổi sự phục hưng – giờ đây sự phục hưng đồng hành cùng chúng ta."

Một giám mục đứng đó, nước mắt lưng tròng.

"Chúng tôi xây dựng các tòa nhà. Còn các bạn xây dựng những người có đức tin."

Chẳng bao lâu sau, hai mươi nhà thờ đã thành lập cái mà họ gọi là **"Mạng lưới Con đường"**.

Mỗi nhà thờ đều cam kết ngừng tính số người tham dự — và bắt đầu đo lường sự chuyển đổi.

Phương châm của họ:

"Không nhiều, nhưng đã trưởng thành."

Những gợn sóng lan đến tận truyền thông.

Một nhà báo độc lập, tò mò về sự thay đổi này, đã đến thăm một trong những vòng tròn công viên. Cô ấy mong đợi sự hỗn loạn — thay vào đó, cô ấy lại tìm thấy sự bình yên.

"Đây không phải là tôn giáo," bà viết sau đó. "Đây là sự phục hồi."

Bài viết của cô ấy đã lan truyền chóng mặt — nhưng không giống như blog đầu tiên của Anita.

Lần này, tiêu đề là:

'Cuộc cách mạng thầm lặng của Kenya: Phong trào môn đồ thay đổi cuộc sống.'

Trên khắp lục địa, những người khác bắt đầu chú ý.

Một mục sư ở Ghana đã viết thư hỏi:

"Bạn có thể huấn luyện thanh thiếu niên của chúng tôi trong Vòng tròn Đạo không?"

Một nhà truyền giáo ở Nam Phi đã nói,

"Chúng tôi đã đếm số người cải đạo — giờ chúng tôi muốn đếm cả phẩm chất."

Ngay cả các nhà lãnh đạo ở châu Âu cũng gửi thư hỏi thăm, khao khát một đức tin sống động trở lại.

Ngọn lửa bắt đầu từ sự ăn năn giờ đây đang cải cách Giáo hội.

Và lời thì thầm của Chúa Giêsu lại vang vọng:

"Một đứa nhỏ sẽ trở nên một ngàn,
và một đứa yếu ớt sẽ trở thành một quốc gia hùng mạnh."

Một đêm nọ, Anita đứng bên bờ sông cùng Ruth và Esther.

Họ ngắm nhìn ánh đèn thành phố phản chiếu trên mặt nước — tĩnh lặng, lung linh, bất tận.

Ruth mỉm cười,

"Bạn có thấy không? Những gợn sóng ấy?"

Anita gật đầu, mắt ngấn lệ.

"Chúng tôi nghĩ rằng chúng tôi đã thất bại, nhưng Ngài vẫn đang xây dựng từ đầu."

Esther thì thầm,

"Ân điển xây dựng lại những gì tội lỗi đã phá vỡ."

Một làn gió nhẹ thổi qua.

Đâu đó xa xa, tiếng chuông nhà thờ ngân vang.

Và Thiên Đường mỉm cười.

SỰ PHẢN XẠ

KHI MỘT NGƯỜI VÂNG lời sâu sắc, nhiều cuộc đời sẽ thay đổi một cách lặng lẽ.

Nỗi đau của Anita trở thành nền tảng. Sự ăn năn của Esther trở thành sự hồi sinh. Lòng trung thành của Ruth trở thành nền tảng.

Đây chính là cách Vương quốc phát triển — từng bàn một.

Không tiếp thị, không thao túng — chỉ cần sự chuyển động của Thánh Linh.

Chúng ta phải ngừng chờ đợi những cuộc thập tự chinh quần chúng để bắt đầu sự chuyển hóa.

Mỗi cuộc trò chuyện đều có thể trở thành một vòng tròn. Mỗi ngôi nhà đều có thể trở thành ngôi nhà chữa lành. Mỗi tín đồ đều có thể trở thành một cầu nối.

Những gợn sóng của sự vâng lời sẽ luôn tồn tại lâu hơn những đợt sóng của sự phấn khích.

CHÌA KHÓA KINH THÁNH

"CÁC CON SẼ NHẬN ĐƯỢC quyền năng khi Đức Thánh Linh giáng trên các con; và các con sẽ làm chứng nhân cho Ta... cho đến tận cùng trái đất." — **Công vụ 1:8**

"Kẻ nhỏ sẽ nên ngàn, kẻ yếu sẽ nên dân tộc hùng mạnh. Ta, Đức Giê-hô-va, sẽ làm điều ấy cách mau chóng." — **Ê-sai 60:22**

"Nước Thiên Đàng giống như men... nhào vào tất cả khối bột cho đến khi nó lan ra khắp mọi người." — **Ma-thi-ơ 13:33**

THỬ THÁCH HÀNH ĐỘNG

ĐỪNG ĐÁNH GIÁ THẤP sự vâng lời nhỏ nhặt.

Hãy tự hỏi:

"Tôi có thể bắt đầu tạo gợn sóng ở đâu trong tuần này?"

Ở bàn làm việc của bạn? Ở văn phòng của bạn? Trên phố của bạn?

Một cuộc đời được chạm đến sâu sắc sẽ chạm đến mười cuộc đời khác.

Đó là cách Chúa Giê-su thay đổi thế giới —không phải bằng vũ lực, mà bằng lòng trung tín.

CHƯƠNG 7 - Các Đại Sứ

2 *Cô-rinh-tô 5:20 | Ma-thi-ơ 5:14–16 | Ê-sai 61:4*

Mọi chuyện bắt đầu một cách lặng lẽ - giống như hầu hết các cuộc cách mạng khác.

Không thông báo, không banner sự kiện, không đèn sân khấu.

Chỉ là một nhóm tín đồ bình thường — được đào tạo trong tình yêu thương, bám rễ trong chân lý — bắt đầu bước vào những nơi họ từng tránh né.

Họ tự gọi mình là **"Đại sứ của Đạo"**.

Không phải vì họ hùng biện, mà vì họ được **cử đi** .

Cảnh một: Sự thay đổi

ANITA NGỒI TRONG PHÒNG khách nhỏ của mình, giờ đây đầy những chiếc ghế cũ kỹ và tiếng cười ấm áp.

Những cô gái mà cô từng dạy dỗ dưới gốc cây giờ đây đã tự mình lãnh đạo nhóm của mình.

Một y tá đã bắt đầu tổ chức buổi họp mặt hàng tuần tại căng tin bệnh viện -

nơi họ cầu nguyện cho gia đình bệnh nhân và hát thánh ca giữa các ca làm việc.

Một người khác, một luật sư, bắt đầu tổ chức các buổi họp vào sáng sớm với những người trẻ tuổi chuyên nghiệp —

đọc Kinh thánh trước khi đến phòng xử án.

Anita mỉm cười nói: "Chúng tôi không chỉ được cứu để sống sót, chúng tôi được gửi đến để tỏa sáng".

Các cô gái gật đầu.

Mỗi người mang lửa theo một cách khác nhau, nhưng tất cả đều mang lửa một cách trung thành.

Cảnh hai: Nhiệm vụ của Esther

TRONG MỘT PHÒNG HỘI nghị nhỏ ở Nairobi, Mục sư Esther đã có bài phát biểu trước hai mươi mục sư trẻ.

Đèn LED và tờ rơi bóng loáng đã biến mất.

Giờ đây, cô chỉ còn lại một tấm bảng trắng và một cuốn Kinh Thánh, viết ba chữ:

"Chiều sâu. Tình yêu. Sự nhân lên."

Bà nói: "Nếu chức vụ của bạn kết thúc ở bạn,

thì bạn chưa bao giờ xây dựng Vương quốc của Ngài — chỉ của riêng bạn mà thôi."

Sự im lặng bao trùm căn phòng.

Cô ấy tiếp tục,

"Chúa Giê-su không nói, 'Hãy đi và phát triển tín đồ.'

Ngài nói, 'Hãy đi và đào tạo môn đồ.' Những môn đồ trở thành sứ giả."

Một chàng trai trẻ giơ tay.

"Chúng ta cử đại sứ bằng cách nào?"

Esther mỉm cười.

"Chúng tôi không cử đi — chúng tôi đầu hàng. Ông ấy cử họ đi."

Và đó trở thành nhịp điệu mới của họ -

ít kiểm soát hơn, nhiều hoa hồng hơn.

Cảnh Ba: Bảy Ngọn Núi

LÀN SÓNG NÀY BẮT ĐẦU lan sang **giáo dục** , **truyền thông** , **kinh doanh** , **chính phủ** , **gia đình** , **nghệ thuật** và **tôn giáo** .

- Một nhà báo từng nổi tiếng với phong cách giật gân đã bắt đầu sản xuất những bộ phim tài liệu ngắn về những nhà cải cách thầm lặng.
- Một giáo viên đã sửa đổi chương trình giảng dạy của mình để dạy lòng trắc ẩn bên cạnh toán học.
- Một nhà thiết kế thời trang địa phương đã khởi xướng một dòng sản phẩm có tên *Grace Woven* — sử dụng những cựu tù nhân để khôi phục phẩm giá thông qua thiết kế.
- Một cảnh sát, được hướng dẫn theo Con Đường, bắt đầu cầu nguyện

cùng đội tuần tra của mình trước mỗi ca trực.

Đó không phải là một tổ chức - đó là **một sinh vật** .

Sống, thở và sinh sôi.

Mỗi người trở thành một đại sứ - đại diện cho Thiên đường trong phạm vi hoạt động hàng ngày của họ.

Cảnh bốn: Kết nối lục địa

EMAIL BẮT ĐẦU ĐẾN TỪ Ghana, Uganda và Nam Phi.

Tin nhắn đến từ Brazil, Philippines và thậm chí cả Nga.

"Chúng tôi đã xem blog... loạt phim... câu chuyện."

"Chúng tôi có thể tham gia The Way không?"

Chẳng bao lâu sau, những Vòng tròn Đường dẫn nhỏ xuất hiện ở nhiều ngôn ngữ —

tiếng Swahili ở Kenya, tiếng Tây Ban Nha ở Peru, tiếng Tagalog ở Manila, tiếng Nga ở Moscow.

Tất cả đều tuân theo cùng một nhịp điệu đơn giản:

Từ đó — hãy đọc nó.

Đi bộ — sống hết mình.

Làm chứng - chia sẻ.

Và trên khắp thế giới, mọi người bắt đầu nhắc lại câu nói:

"Đừng chỉ tin tưởng mà hãy trở thành."

Cảnh năm: Đại sứ quán thiên đường

VÀI THÁNG SAU, TẠI Nairobi, một cuộc họp đã diễn ra.

Không có cuộc thập tự chinh nào cả — chỉ có hiệp thông. Đại diện từ mười hai quốc gia đã gặp nhau dưới một mái nhà.

Mục sư Esther, Ruth, Anita và một nhóm ngày càng đông đảo đứng trước mặt họ — không phải với tư cách là người nổi tiếng, mà là những người hầu.

Ruth mở đầu buổi họp bằng cách đọc **2 Cô-rinh-tô 5:20** :

"Vì vậy, chúng tôi là sứ giả của Đấng Christ — như thể Đức Chúa Trời đang kêu gọi qua chúng tôi."

Nước mắt tràn ngập căn phòng.

Anita bước tới và thì thầm,

"Chúng tôi đã được cứu năm lần... nhưng chỉ được tìm thấy một lần."

Cả hội trường im lặng.

Rồi tiếng vỗ tay vang lên - không phải để vinh danh họ, mà để ăn mừng **những gì ân sủng có thể tái tạo** .

Cảnh sáu: Sự tiễn đưa toàn cầu

HỌ KẾT THÚC BUỔI HỌP bằng một lời cầu nguyện ủy thác.

Từng bàn tay được đặt lên — không phải để truyền bá danh tiếng, mà là để bày tỏ lòng trung thành.

"Hãy đi vào thành phố của bạn...

phòng họp của bạn... nhà của bạn... và trái tim của bạn... và xây dựng các môn đồ – chứ không phải đồ trang trí."

Lời cầu nguyện kết thúc bằng những lời sau đây của Chúa Giêsu:

"Các con là ánh sáng thế gian.

Một thành phố xây trên núi không thể nào che giấu được."

Và khi âm nhạc nổi lên,

bạn gần như có thể nghe thấy tiếng Thiên đường thì thầm:

"Giáo hội đã rời khỏi tòa nhà."

SỰ PHẢN XẠ

THẾ GIỚI KHÔNG CẦN thêm người nổi tiếng - mà cần **những đại sứ** .

Những người đàn ông và phụ nữ mang văn hóa Thiên Đàng đến với mọi miền đất.

Một đại sứ không nói ra lời của riêng mình - họ mang theo ý muốn của nhà vua.

Khi Chúa Giêsu nói,

"Hãy đi khắp thế gian,"

Ngài không chỉ nói về các quốc gia — Ngài muốn nói đến các ngành công nghiệp, cộng đồng và gia đình.

Bạn không cần bục giảng để thuyết giảng.

Phòng họp, lớp học, nhà bếp của bạn — đó chính là bàn thờ của bạn.

Bất cứ nơi nào bạn đứng, hãy đứng như người **được Chúa phái đến** .

CHÌA KHÓA KINH THÁNH

"VẬY CHÚNG TÔI LÀ SỨ giả của Đấng Christ, như thể Đức Chúa Trời đang dùng chúng tôi mà kêu gọi." — **2 Cô-rinh-tô 5:20**

"Các ngươi là ánh sáng của thế gian... hãy để ánh sáng của các ngươi chiếu sáng trước mặt mọi người." — **Ma-thi-ơ 5:14–16**

"Họ sẽ xây dựng lại những tàn tích xưa và khôi phục những nơi đã bị tàn phá từ lâu." — **Ê-sai 61:4**

THỬ THÁCH HÀNH ĐỘNG

HÃY TỰ HỎI BẢN THÂN mình hôm nay:

"Chúa đã đặt tôi trên ngọn núi nào?"

Giáo dục? Truyền thông? Kinh doanh? Gia đình? Chính phủ? Nghệ thuật? Tôn giáo?

Sau đó hãy cầu nguyện:

"Lạy Chúa, xin hãy chọn con làm sứ giả của Chúa ở đó."

Bạn không cần phải nổi tiếng -

Bạn chỉ cần chung thủy.

Khi các môn đồ trở thành đại sứ,

Phúc Âm không còn là một thông điệp nữa mà trở thành một phong trào.

CHƯƠNG 8 - Các quốc gia thức tỉnh

Thi Thiên 67:2 | Ha-ba-cúc 2:14 | Ma-thi-ơ 24:14

Cảnh một: Tia lửa xuyên biên giới

MỌI CHUYỆN BẮT ĐẦU bằng một lời thì thầm trong vòng tròn cầu nguyện.

Từ Nairobi đến Lagos.

Từ Cairo đến Cape Town. Từ khu ổ chuột ở Mumbai đến đường phố São Paulo.

Mọi người đang nói chuyện - không phải về một nhà thuyết giáo, mà về một mô hình:

"Những môn đồ đào tạo môn đồ."

Một nhà báo người Kenya đi du lịch đến Ghana đã để ý thấy một vòng tròn quen thuộc dưới một cây xoài —

những tín đồ đang đọc Phúc âm của John, mỗi người lần lượt đọc. Khi được hỏi họ thuộc giáo hội nào, họ mỉm cười và nói:

"Chúng tôi là *Con Đường* – Giáo Hội không có tường thành."

Nhà báo khóc.

Đó không phải là một thương hiệu. Đó là một *gia đình* .

Cảnh hai: Ngôn ngữ của ánh sáng

CHẲNG BAO LÂU SAU, các bản dịch bắt đầu lan truyền nhanh chóng.

Một lập trình viên trẻ ở Argentina đã xây dựng một trang web để kết nối các nhóm theo khu vực.

Một nhóm ở Manila đã tạo ra các phiên bản âm thanh của *The Way Lessons* bằng tiếng Tagalog.

Ở Nga, các tín đồ thì thầm qua VPN, gửi các đoạn kinh thánh được ngụy trang bằng mã.

Ở Mexico, các môn đồ gặp nhau trong quán cà phê — cùng nhau nghiên cứu Bài giảng trên núi giữa những ly cà phê espresso.

Ở Pháp, một nhóm họa sĩ đã biến những câu chuyện ngụ ngôn thành tranh tường trên khắp các đường phố Paris.

Mỗi chiếc lưỡi, mỗi công cụ đều mang một nhịp đập trái tim:

"Hãy dạy họ giữ hết mọi điều Ta đã truyền cho các ngươi." *(Ma-thi-ơ 28:20)*

Đó không phải là văn hóa phương Tây.

Đó không phải là văn hóa châu Phi. Đó là *văn hóa của Thiên đường* , tìm thấy tiếng nói của mình trong mọi ngôn ngữ.

Cảnh 3: Chính phủ canh chừng

MỘT BUỔI SÁNG, MỤC sư Esther nhận được một lá thư — không phải từ một nhà thờ, mà từ một **Bộ Giáo dục** .

Họ đã theo dõi các báo cáo từ các trường đại học —

tình trạng lạm dụng ma túy giảm, bạo lực giảm và tinh thần tình nguyện tăng lên.

Lá thư viết:

"Chúng tôi không hiểu anh đang làm gì,

nhưng dù là gì thì nó cũng có hiệu quả."

Chẳng bao lâu sau, các nhà lãnh đạo chính phủ yêu cầu được quan sát một nhóm môn đồ.

Esther mỉm cười dịu dàng và nói:

"Bạn không thể chỉ quan sát... bạn phải tham gia."

Họ đã làm vậy.

Và nhiều người đã bỏ đi trong nước mắt.

Một bộ trưởng tài chính thì thầm,

"Tôi đã ký ngân sách trong nhiều thập kỷ, nhưng đây... đây là sự chuyển đổi."

Cảnh bốn: Sự thay đổi sóng phát thanh

Ở LAGOS, MỘT NGƯỜI dẫn chương trình phát thanh tên là **Dami** từng có một chương trình đêm khuya đầy rẫy những câu chuyện phiếm.

Sau khi đọc câu chuyện lan truyền của Anita, anh đã mời cô đến phỏng vấn.

Cô ấy đến một cách lặng lẽ, không có đoàn tùy tùng nào đi kèm.

Khi cô chia sẻ hành trình của mình - từ lời kêu gọi đến chứng nghiện, từ danh tiếng đến đức tin -

hàng triệu người đã theo dõi.

Các bình luận tràn ngập trên đài:

"Tôi cứ tưởng mình cô đơn."

"Giờ tôi đã hiểu sự cứu rỗi thực sự là gì."

Dami nhìn Anita và nói,

"Chúng tôi có micro — bạn có một thông điệp. Hãy hợp tác nhé."

Và lần đầu tiên, đài phát thanh thế tục trở thành nơi tôn nghiêm.

Cảnh năm: Bữa sáng của doanh nhân

TẠI HÀN QUỐC, MỘT NHÓM CEO bắt đầu tụ tập từ lúc bình minh.

Không chương trình nghị sự. Không thỏa thuận. Chỉ có Kinh Thánh và sự im lặng.

Một trong số họ đã thú nhận,

"Chúng tôi đã xây dựng công ty... nhưng lại đánh mất bản sắc của mình."

Đến cuộc họp thứ ba, họ đã tài trợ cho các hoạt động truyền giáo, nhận nuôi trường học và hướng dẫn thanh thiếu niên.

Một người quan sát hỏi,

"Điều gì đã thay đổi bạn?"

Người lãnh đạo của họ trả lời,

"Chúng tôi đã gặp một câu chuyện từ Kenya — về một cô gái được cứu năm lần nhưng chưa bao giờ được truyền đạo lần nào. Câu chuyện đó đã thay đổi chúng tôi."

Cảnh sáu: Phép màu Trung Đông

TẠI MỘT THÀNH PHỐ NHỎ ở Trung Đông, một người đàn ông tên Karim đã tìm thấy một tệp PDF được chia sẻ bí mật.

Đó là *cuốn The Way – Journey with Jesus (40 Days)* được dịch sang tiếng Ả Rập.

Ông bắt đầu đọc nó mỗi đêm trong xưởng của mình.

Đến ngày thứ 10, anh thì thầm,

"Chúa Giêsu này... Ngài đồng hành với tôi ngay cả trong im lặng."

Chẳng bao lâu sau, vợ ông cũng đến cùng. Rồi đến hàng xóm của họ.

Khi chính quyền đến thẩm vấn, Karim mỉm cười và nói,

"Chúng ta không lập nên một tôn giáo. Chúng ta đang trở thành một gia đình."

Họ rời đi trong sự bối rối. Nhưng Phúc Âm vẫn còn đó.

Cảnh bảy: Hội đồng châu Phi

NHIỀU THÁNG SAU, CÁC nhà lãnh đạo từ mười hai quốc gia châu Phi đã tụ họp tại Abuja để tham dự diễn đàn liên tôn.

Trong số đó có Mục sư Esther.

Đến lượt mình, cô ấy không mang theo slide hay trích dẫn.

Cô ấy kể câu chuyện của Anita.

Căn phòng trở nên im lặng.

Không ai cãi vã.

Một học giả Hồi giáo đứng dậy và nói nhẹ nhàng,

"Nếu Chúa Kitô yêu thương như thế... thì chúng ta phải học hỏi từ Người."

Khoảnh khắc ấy thật thiêng liêng.

Những bức tường nứt vỡ. Trái tim mở ra. Đó không phải là sự thỏa hiệp — đó là lòng trắc ẩn.

Cảnh thứ tám: Hội nghị toàn cầu

NĂM SAU, LIÊN HỢP QUỐC gửi lời mời.

Chủ đề: *Đức tin, Hòa bình và Tương lai của Nhân loại.*

Anita, Ruth và Esther cùng tham dự.

Trong một phiên thảo luận nhóm, Anita chia sẻ thêm:

"Chúng ta không cần thêm những cuộc thập tự chinh nữa — chúng ta cần những cuộc đối thoại.

Làm môn đồ là yêu thương, chứ không phải sét đánh."

Người điều hành hỏi,

"Và chuyện này bắt đầu từ đâu?"

Anita mỉm cười.

"Trong một công viên nhỏ ở Nairobi — khi một người phụ nữ đã ăn năn, và một người khác từ chối bỏ cuộc."

Tiếng vỗ tay vang khắp phòng.

Cảnh chín: Lời tiên tri

ĐÊM ĐÓ, ESTHER LẠI mơ thấy một giấc mơ khác.

Cô nhìn thấy các lục địa — Châu Phi, Châu Á, Châu Âu, Châu Mỹ — tất cả đều rực sáng như than hồng.

Rồi một bàn tay chạm vào quả cầu, và lửa lan ra khắp biển cả.

Một giọng nói như nhiều dòng nước vang lên:

"Đây không phải là sự phục hưng — đây là cải cách.

Tôi không phải đang nuôi dưỡng những người cải đạo. Tôi đang đào tạo những người con."

Cô ấy tỉnh dậy trong tình trạng run rẩy, thì thầm,

"Lạy Chúa... xin hãy làm như vậy."

Cảnh thứ mười: Góc nhìn của thiên đường

CÁC THIÊN THẦN TỤ TẬP quanh ban công Thiên đường, quan sát.

Không phải cuộc thập tự chinh. Không phải tiếng ồn. Không phải sự phô trương.

Chỉ có hình tròn - ngôi nhà - trái tim.

Một giọng nói vang lên,

"Đất sẽ đầy dẫy sự hiểu biết về vinh quang của Đức Giê-hô-va
như nước che phủ biển cả." *(Ha-ba-cúc 2:14)*

Và Thiên Đàng vui mừng -
vì cuối cùng các môn đồ đã bắt đầu *truyền giáo cho các quốc gia* .

SỰ PHẢN XẠ

SỰ PHỤC HƯNG THỰC SỰ không phải là về các cuộc tụ họp mà là về việc cai quản tấm lòng.

Khi Chúa Giêsu nói,

"Hãy đi và làm cho muôn dân trở thành môn đồ,"

Ngài không gửi chúng ta đi du lịch. Ngài gửi chúng ta đi biến đổi.

Môn đồ là hạt giống.

Các quốc gia là mùa gặt.
Khi một cuộc đời thay đổi, cả cộng đồng cũng thay đổi.
Khi một cộng đồng thay đổi, cả quốc gia cũng thức tỉnh.
Sự vâng lời của Châu Phi đã trở thành lời mời gọi toàn cầu -
hãy bước đi, đừng vội vã; hãy ủng hộ, đừng chạy trốn.

CHÌA KHÓA KINH THÁNH

"ĐỂ ĐƯỜNG LỐI CHÚA ĐƯỢC biết đến trên đất, và sự cứu rỗi của Chúa được biết đến giữa các nước." — **Thi Thiên 67:2**

"Đất sẽ đầy dẫy sự hiểu biết về vinh quang của Đức Giê-hô-va." — **Ha-ba-cúc 2:14**

"Tin Mừng này về vương quốc sẽ được rao giảng khắp thế gian." — **Ma-thi-ơ 24:14**

THỬ THÁCH HÀNH ĐỘNG

HÃY HỎI: *"Nơi nào trên thế giới của tôi cần ánh sáng?"*

Có thể không phải là một quốc gia — mà có thể là khu phố của bạn.
Cầu nguyện:
"Lạy Chúa, xin đánh thức vòng tròn của con.
Xin cho các quốc gia bắt đầu từ con."
Thành lập một nhóm nhỏ.
Chia sẻ chứng ngôn của bạn. Dạy một lẽ thật.
Đó là cách các quốc gia thức tỉnh -
từng môn đồ một.

CHƯƠNG 9 - Sự trở lại

L*u-ca 15:20 | Khải Huyền 2:4–5 | Phi-líp 1:6*

Cảnh một: Hành trình trở về

ĐÓ LÀ MỘT BUỔI SÁNG Chủ Nhật tươi sáng ở Nairobi — nhưng không ồn ào.

Không đèn, không máy quay, không thiết kế sân khấu.

Chỉ có làn gió nhẹ thổi qua cánh cửa mở của Nhà thờ Glory Path — chính nơi mà nhiều năm trước, hàng ngàn người đã từng ùa về để tìm kiếm sự cứu rỗi.

Anita đứng ở lối vào, tay run rẩy.

"Đã năm năm rồi," cô thì thầm.

"Năm năm rồi kể từ lần cuối tôi chạy dọc lối đi này."

Mục sư Esther mỉm cười bên cạnh cô.

"Và năm năm kể từ khi tôi học được ý nghĩa của việc đi bộ."

Họ nhìn nhau, mắt long lanh nước mắt - không phải vì tội lỗi mà là vì ân sủng.

Cảnh hai: Sân khấu trống rỗng

BỤC GIẢNG VẪN CÒN ĐÓ — nhưng đèn LED đã biến mất.

Không có máy phun sương. Không có đồng hồ đếm ngược.

Thay vào đó, một vòng ghế gỗ được xếp kín hàng ghế đầu.

Kinh Thánh được mở ra. Những ngọn nến lung linh.

Ruth đứng trước mặt họ, mở Kinh Thánh ra ở **Khải Huyền 2:4–5** .

"Ngươi đã bỏ tình yêu ban đầu của mình...

Vậy hãy nhớ lại ngươi đã sa sút từ đâu; hãy ăn năn và làm lại những việc ngươi đã làm lúc ban đầu."

Giọng cô nghẹn lại.

"Đây chính là nơi ấy. Nơi chúng ta để lại tình yêu."

Esther quỳ xuống trước.

Sau đó là Anita. Rồi đến những người khác.

Nước mắt đã chạm đến cùng một bàn thờ -

nhưng lần này, họ không cầu xin sự cứu rỗi. Họ đang cảm ơn Chúa vì *sự phục hồi* .

Cảnh ba: Sự hòa giải

KHI ANITA ĐỨNG DẬY, cô nhìn thấy những khuôn mặt mà cô đã không gặp trong nhiều năm -

các thành viên trong dàn hợp xướng, người hướng dẫn, các diễn viên trong đoàn kịch.

Từng người một, họ tiến lại gần cô.

"Chúng tôi nên kiểm tra anh."

"Chúng tôi không hiểu anh đang trải qua chuyện gì."

Anita khóc.

"Tôi tha thứ cho anh. Tôi cũng đã lạc lối."

Họ ôm nhau -

một bức tranh về lòng thương xót gặp gỡ ký ức.

Vào khoảnh khắc đó, không ai là anh hùng cả.

Chỉ có Grace là anh hùng.

Cảnh bốn: Lời kêu gọi dâng lễ mới

ESTHER BƯỚC LÊN PHÍA trước, tay cầm micro.

"Đã có thời," bà nói, "chúng ta đếm những bàn tay giơ lên.

Ngày nay, chúng ta đếm những tấm lòng được phục hồi."

Cô dừng lại, nhìn xung quanh.

"Nếu bạn đã được cứu rỗi nhưng chưa bao giờ được môn đồ hóa...

Hãy tiến lên. Chúng tôi sẽ đồng hành cùng bạn."

Mọi người bắt đầu chậm rãi bước ra.

Không phải chạy mà là đi bộ — tay trong tay.

Không nhạc lớn. Không áp lực. Chỉ cần sự hiện diện.

Ruth đã hướng dẫn họ cầu nguyện — không phải để được giải cứu, mà là để có nguồn gốc.

Cảnh năm: Hạt giống và đất

SAU BUỔI LỄ, CÁC EM nhỏ trồng cây con bên ngoài cổng nhà thờ.

Trên mỗi cây con đều có một tấm biển ghi:

"Bắt nguồn từ Chúa Kitô. Lớn lên trong tình yêu thương."

Esther thì thầm,

"Mỗi bàn tay giơ lên đều phải tìm được đất để phát triển."

Anita gật đầu.

"Không còn cháy rừng nữa – chỉ còn vườn sống."

Và ngày hôm đó, Nairobi đã chứng kiến một điều mới mẻ - không phải ngọn lửa phục hưng, mà là *gốc rễ của tinh thần môn đồ* .

Cảnh sáu: Vòng tròn chứng ngôn

DƯỚI GỐC CÂY GẦN NHÀ thờ, nhóm môn đồ đầu tiên lại tụ họp.

Cũng chính là nhóm mà Ruth đã khởi xướng nhiều năm trước.

Bây giờ đã già hơn, vững vàng hơn, mạnh mẽ hơn.

Họ chia sẻ những câu chuyện về sự thay đổi:

- Một người từng nghiện ngập giờ đã trở thành cố vấn.
- Một bà mẹ đơn thân hiện đang cố vấn cho các cô gái tuổi teen.
- Một cậu bé đường phố đã thuộc lòng Thi Thiên và hiện đang dẫn dắt buổi thờ phượng trong công viên.

Anita mỉm cười khi lắng nghe.

"Mỗi câu chuyện đều bắt đầu bằng một cuộc trò chuyện... một lần theo dõi... một bước đi trung thành."

Ruth nhẹ nhàng đáp lại,

"Và một Đấng Cứu Thế không bao giờ ngừng gõ cửa."

Cảnh bảy: Bàn tay và trái tim

ĐÊM ĐÓ, ANITA MƠ.

Cô nhìn thấy cùng một bàn tay mà cô đã nhìn thấy nhiều năm trước - bàn tay rạng rỡ đã gõ vào cửa kính.

Nhưng lần này, cánh cửa mở toang.

Bàn tay đưa vào và một giọng nói vang lên:
“Bạn đã từng kêu lên: 'Sự bình an mà tôi được hứa hẹn đâu rồi?'
Giờ đây, bạn mang nó theo.”
Anita quỳ xuống,
nước mắt tuôn rơi.
“Cảm ơn Chúa... vì đã không bỏ cuộc khi chúng con làm vậy.”

Cảnh thứ tám: Vòng tròn trọn vẹn

SÁNG HÔM SAU, ANITA đi bộ quanh thành phố.

Những tấm biển quảng cáo từng treo áp phích vận động giờ đây trưng bày các dự án cộng đồng.

Những đội cổ động trước đây giờ là những nhà truyền giáo đường phố, phục vụ bữa ăn và cầu nguyện cho người lạ.

Khi đi ngang qua một bức tranh tường, cô dừng lại.

Nó viết:

“Đệ tử là tình yêu còn mãi.”

Cô ấy mỉm cười.

“Đúng vậy.”

SỰ PHẢN XẠ

CÂU CHUYỆN BẮT ĐẦU với một cô gái tên Anita — được cứu năm lần, nhưng không được ai dạy dỗ.

Nhưng nó kết thúc bằng một người phụ nữ được tái sinh — không phải bởi cảm xúc, mà bởi sự gặp gỡ.

Mọi chuyện bắt đầu với một hội thánh đếm số người cải đạo.

Và kết thúc với một Vương quốc đào tạo môn đồ.

Theo một cách nào đó, tất cả chúng ta đều là Anita - được thu hút bởi ân sủng, nhưng được định hình bởi chân lý.

Và tất cả chúng ta đều là Esther - bị cám dỗ bởi những con số, cho đến khi tình yêu nhắc nhở chúng ta dừng lại và lắng nghe.

Chúa Giê-su không bao giờ yêu cầu chúng ta tụ tập đông người.

Ngài yêu cầu chúng ta theo Ngài — chậm rãi, sâu sắc, và trung tín.

Và khi chúng ta trở về bàn thờ của tình yêu đầu tiên,

chúng ta khám phá ra điều mà Ngài mong muốn bấy lâu nay:
tình bạn, chứ không phải sự thể hiện .

CHÌA KHÓA KINH THÁNH

"KHI ANH CÒN Ở ĐẰNG xa, người cha đã trông thấy và động lòng thương."
— **Luca 15:20**

"Ngươi đã bỏ lòng yêu mến ban đầu... hãy trở lại với những công việc ngươi đã làm lúc ban đầu." — **Khải Huyền 2:4–5**

"Đấng đã bắt đầu công việc tốt lành trong anh em sẽ làm trọn công việc ấy." — **Phi-líp 1:6**

THỬ THÁCH HÀNH ĐỘNG

HÃY TỰ HỎI BẢN THÂN mình hôm nay:

"Tôi đã rời xa mối tình đầu của mình sao?"

Cầu nguyện:

"Lạy Chúa, xin đưa con trở về – không phải với sự cường điệu, mà là với trái tim."

Tiếp cận:

Hãy theo dõi một người mà bạn đã từng cầu nguyện cho. Đồng hành cùng họ.

Hãy nhớ:

Sự cứu rỗi bắt đầu trong khoảnh khắc —nhưng việc làm môn đồ là cả một đời.

LỜI KẾT - Được cứu nhưng lạc lối: Tấm gương tiên tri cho thế hệ chúng ta

M*a-thi-ơ 28:19–20 | Khải Huyền 3:15–20 | Lu-ca 10:41–42*

Mọi chuyện bắt đầu ở Nairobi.

Nhưng nó chưa bao giờ chỉ xoay quanh Kenya.

Nó liên quan đến *tất cả chúng ta* —

Giáo hội toàn cầu, tín đồ hiện đại, tâm hồn đã tiến về phía trước nhưng không bao giờ tiến lên phía trước.

Nó giống như mọi bàn thờ đã quyết định... nhưng lại quên mất các môn đồ.

Mỗi bàn tay giơ lên... nhưng chẳng bao giờ được nắm lấy. Mỗi tiếng "Amen" vang lên... nhưng chẳng bao giờ sống.

Gương

SAVED BUT LOST không phải là tác phẩm hư cấu — mà là sự phản ánh.

Câu chuyện của Anita là tiếng nói chung của hàng triệu người -
được tái sinh, nhưng không bao giờ được tái *sinh* .
Chúng ta xây dựng những nhà thờ chạy nước rút.
Nhưng Thiên Đàng đã gọi chúng ta *bước đi* .
Chúng tôi tổ chức những buổi phục hưng đông nghẹt khán phòng.
Nhưng Chúa Giê-su vẫn đứng ngoài cửa và gõ cửa.
Chúng tôi ăn mừng sự phục vụ của Martha
và quên đi sự im lặng của Mary.
Chúng ta tăng số lượng
nhưng lại mất đi sự nuôi dưỡng.
Chúng tôi hét lên "Vâng, Chúa ơi!"
nhưng không bao giờ dừng lại để hỏi "Bây giờ thì sao?"

Lời cảnh báo

KHẢI HUYỀN 3:15–16 không nói về người ngoại đạo.

Đây là một bức thư gửi đến những người tin Chúa — gửi đến *những môn đồ thờ ơ* ,

những cuộc phục hưng vội vã ,

gửi đến *đức tin không được theo dõi* .

"Vì ngươi không nóng cũng không lạnh,

nên Ta sắp nhả ngươi ra khỏi miệng Ta."

Điều khiến Thiên đàng đau buồn không chỉ là tội lỗi mà

còn là sự cứu rỗi hời hợt.

Chúa Giê-su không chết vì sự tham dự.

Ngài chết vì sự đồng thuận.

Khi chúng ta rao giảng về tốc độ thay vì đầu hàng,

chúng ta đang thu hút những người cải đạo - chứ không phải những người bạn đồng hành.

Khi chúng ta chạy theo nền tảng thay vì con người,

chúng ta xây dựng nên những tòa tháp chứ không phải những cái bàn.

Và khi chúng ta bỏ qua việc làm môn đồ,

chúng ta sẽ thừa hưởng sự rối loạn chức năng.

Cuộc gọi

NHƯNG VẪN CÒN HY VỌNG.

Luôn luôn có hy vọng.

Trên khắp các quốc gia, một nhóm người còn sót lại đang trỗi dậy —

khiêm nhường, vô danh, trung thành.

Chúng tập hợp lại không phải để trưng bày

mà để định hình.

Họ đang quay trở lại nhịp điệu của nhà thờ đầu tiên —

bẻ bánh, chia sẻ tấm lòng, đi bộ hằng ngày.

Châu Phi nghe thấy tiếng gõ cửa đầu tiên —

nhưng giờ đây Châu Á trả lời. Châu Âu lắng nghe. Châu Mỹ chuyển động.

Giáo hội đang tưởng nhớ mối tình đầu của mình.

Đây không phải là kết thúc của câu chuyện -

mà là sự tái giới thiệu Chúa Jesus với Cô dâu của Ngài.

Thông điệp

NẾU BẠN ĐÃ ĐƯỢC **cứu nhưng bị lạc lối** ,

hãy nghe điều này:

Chúa Giê-su không kêu gọi bạn cố gắng hơn nữa.

Ngài kêu gọi bạn bước gần hơn.

Bạn không cần phải hoàn hảo -

chỉ cần hiện diện là được.

Tìm một vòng tròn.

Học tiếng Ngài. Yêu người lân cận. Trở thành môn đồ — và làm môn đồ hóa.

Đây là con đường hẹp –

con đường duy nhất tồn tại lâu dài.

"Vậy hãy đi khiến muôn dân trở thành môn đồ Ta..." *(Ma-thi-ơ 28:19)*

Đây không phải là khẩu hiệu.

Đây là lời triệu tập.

Lời cầu nguyện

LẠY CHA,

chúng con trở về.

Từ đám đông đến sự hiệp thông,

từ sự cường điệu đến sự thánh thiện, từ số lượng đến sự nuôi dưỡng.

Chúng ta ăn năn vì mỗi linh hồn mà chúng ta đã đếm

nhưng chưa bao giờ cứu được.

Xin hãy tha thứ cho chúng tôi vì đã ăn mừng những bàn tay giơ lên

mà không có trái tim biến đổi.

Khôi phục tình yêu lắng nghe.

Khơi dậy khát khao tìm kiếm chiều sâu.

Xin cho Giáo hội chậm lại —

để tiếp tục bước đi với Chúa.

Nhân danh Chúa Jesus.

Amen.

Tuyên bố tiên tri

TÔI TUYÊN BỐ RẰNG TRÊN thế hệ này —

Thời đại của những lời kêu gọi trống rỗng đang kết thúc.

Mùa của sự môn đồ hóa sâu sắc đang bắt đầu.

Chúa Thánh Thần đang tái lập **nền tảng Cơ Đốc giáo** .

Từ nhà này sang nhà khác. Từ trái tim này sang trái tim khác.

Các nhà thờ sẽ không còn chạy theo tốc độ nữa — họ sẽ tìm kiếm sự tĩnh lặng.

Các mục sư sẽ không còn đếm số người cải đạo nữa — họ sẽ tìm kiếm bạn đồng hành. Các tín đồ sẽ không còn trôi dạt — họ sẽ sống trọn vẹn.

Và các quốc gia sẽ không chỉ nghe Phúc Âm mà

còn **chứng kiến** Phúc Âm được sống.

Vì Chúa Giê-su đang xây dựng lại Hội Thánh của Ngài —

và lần này, các cổng địa ngục sẽ không thể thắng thế.

PHÍ CUỐI CÙNG

BẠN KHÔNG ĐƯỢC GỌI để trở thành người nổi tiếng.

Bạn được gọi để trở thành **môn đồ** .

Bạn không được kêu gọi để trở nên nổi tiếng.

Bạn được kêu gọi để đi **và đào tạo môn đồ** .

Bạn không được gọi để được nhìn thấy.

Bạn được gọi để được **sai đi** .

Câu chuyện của Anita kết thúc ở nơi câu chuyện của bạn bắt đầu:

Không phải ở bàn thờ — mà là trên đường.

Hãy vác thập tự giá của mình.

Theo Ngài. Bước đi trong tình yêu thương. Và đừng chỉ tin tưởng — **hãy trở thành** .

"Maria đã chọn phần tốt hơn, và sẽ không có ai lấy mất phần đó." — *Luca 10:42*

"Này, Ta đứng ngoài cửa và gõ..." — *Khải Huyền 3:20*

"Đấng đã bắt đầu công việc tốt lành trong anh em sẽ làm trọn công việc ấy." — *Phi-líp 1:6*

Saved But Lost không được viết ra để giải trí.

Nó được viết ra để **đánh thức bạn** .
Chúa Giê-su vẫn đang gõ cửa.
Bạn có mở cửa không?

ĐƯỢC CỨU NHƯNG BỊ MẤT — HƯỚNG DẪN NGHIÊN CỨU & SUY NGẪM

Hành trình 9 buổi từ Quyết định đến Đệ tử

"Hãy dạy họ giữ hết mọi điều Ta đã truyền cho các ngươi." — *Ma-thi-ơ 28:20*

PHIÊN 1: *Ảo ảnh*

LU-CA 10:38–41 | Ma-thi-ơ 23:15

Bản tóm tắt

NHÀ THỜ GLORY PATH rực rỡ ánh đèn và khẩu hiệu — nhưng lại thiếu vắng tình yêu thương. Chức vụ của Mục sư Esther đã đếm hàng ngàn quyết định nhưng lại bỏ qua việc môn đồ hóa. Anita, người được cứu năm lần trong năm nhà thờ, tượng trưng cho một thế hệ chạy theo những khoảnh khắc cảm xúc nhưng lại bỏ lỡ sự biến đổi.

Câu hỏi phản ánh

1. Kitô giáo hiện đại đã thay thế việc truyền đạo bằng hình thức trình diễn bằng cách nào?
2. Làm thế nào chúng ta có thể phân biệt được giữa phản ứng cảm xúc và sự chuyển đổi thực sự?
3. Có phải xung quanh chúng ta có những " Anitas " – những người được tôn vinh nhưng không được quan tâm?

Tập trung cầu nguyện

"LẠY CHÚA, XIN MỞ MẮT chúng con trước những ảo tưởng chúng con đã dựng nên. Xin dạy chúng con nhìn thấy trái tim chứ không phải bàn tay."

Hãy cầu nguyện cho các nhà thờ đang bị mắc kẹt trong sự cường điệu để tìm lại sự khiêm nhường và chiều sâu.

Ứng dụng cuộc sống

HÃY VIẾT RA TÊN CỦA một người đã từng đến với Chúa nhưng rồi lại rời xa. Hãy liên hệ với họ trong tuần này. Hãy hỏi thăm tình hình thực tế của họ — không phải về mặt tâm linh, mà là về mặt cá nhân.

PHIÊN 2: *Tiếng gõ cửa*

KHẢI HUYỀN 3:15–20 | *Lu-ca 10:42*

Bản tóm tắt

TRONG KHI NHÀ THỜ ĐANG ăn mừng sự cứu rỗi nhanh chóng, Chúa Giê-su vẫn ở bên ngoài gõ cửa. Tiếng nói chân lý của Ruth xuyên thấu đám đông, nhắc nhở Esther rằng sự phục hưng mà không có mối quan hệ là sự phản loạn chống lại tình yêu.

Câu hỏi phản ánh

1. Chúng ta thường "làm mục vụ" mà không lắng nghe Chúa Giê-su như thế nào?
2. Việc Chúa Jesus gõ cửa nhà thờ *của chúng ta có ý nghĩa gì?*
3. Tại sao chúng ta lại không muốn chậm lại trong đời sống tâm linh?

Tập trung cầu nguyện

"LẠY CHÚA GIÊSU, XIN mở cửa cho chúng con. Xin Chúa ngự vào giữa chúng con. Xin dùng bữa với chúng con. Xin dạy chúng con biết trông đợi Chúa."

Ứng dụng cuộc sống

HÃY DÀNH TRỌN MỘT GIỜ trong tuần này mà không có chương trình nghị sự nào cả — chỉ để ngồi yên lặng trong sự hiện diện của Chúa. Viết ra những điều Ngài khắc ghi trong lòng bạn.

PHIÊN 3: *Khủng hoảng*

MA-THI-Ơ 23:15 | Thi Thiên 51:17

Bản tóm tắt

BLOG CỦA ANITA, "ĐƯỢC cứu nhưng bị lãng quên", đã phơi bày sự trống rỗng của trò chơi số. Các nhà thờ hoảng loạn, nhưng Thiên Đàng đang kêu gọi sự ăn năn. Cuộc khủng hoảng không phải là thất bại — mà là sự can thiệp của Chúa.

Câu hỏi phản ánh

1. Giáo hội đã áp dụng những "thước đo thành công" hiện đại nào trái ngược với mô hình của Chúa Kitô?
2. Làm sao việc phơi bày trước công chúng có thể trở thành công cụ để sám hối riêng tư?
3. Sự tan vỡ trước mặt Chúa trông như thế nào đối với các nhà lãnh đạo ngày nay?

Tập trung cầu nguyện

"LẠY CHÚA, XIN HÃY DÙNG khủng hoảng để thanh tẩy, chứ không phải để lên án. Xin hãy thanh tẩy Cô Dâu của Ngài."

Hãy cầu nguyện cho các nhà lãnh đạo có lòng can đảm để đối mặt với thất bại và thay đổi.

Ứng dụng cuộc sống

VIẾT MỘT LÁ THƯ THÚ nhận — không phải về cảm giác tội lỗi, mà là về sự trưởng thành.

Thừa nhận một cách bạn đã ưu tiên tốc độ hơn chiều sâu. Chia sẻ nó với người cố vấn hoặc đối tác chịu trách nhiệm.

PHIÊN 4: *Phần còn lại*

LU-CA 10:42 | Giăng 15:5

Bản tóm tắt

ESTHER DỪNG CÁC CUỘC thập tự chinh và trở về với sự thân mật. Số ít người còn lại — Ruth, Mary, Anita — bắt đầu công việc môn đồ hóa chậm rãi. Những gì bắt đầu như mất mát đã trở thành di sản.

Câu hỏi phản ánh

1. Tại sao Đức Chúa Trời thường xây dựng với số người còn sót lại chứ không phải với số đông?
2. Sự khác biệt giữa "attenders" và "disciples" là gì?
3. Làm thế nào những vòng tròn nhỏ có thể tạo nên sự biến đổi lớn?

Tập trung cầu nguyện

"LẠY CHÚA, XIN BAN CHO chúng con đôi mắt biết nhìn ra số ít người — và niềm tin cho tương lai."

Hãy cầu nguyện để có đủ can đảm ngừng vội vã và bắt đầu ủng hộ.

Ứng dụng cuộc sống

TẬP HỢP 2-3 NGƯỜI BẠN và bắt đầu hành trình Kinh Thánh hàng tuần.

Chọn một Phúc Âm, đọc một chương và chia sẻ những điều Chúa nhấn mạnh.

PHIÊN 5: Các Đại sứ

2 CÔ-RINH-TÔ 5:20 | Ma-thi-ơ 5:14–16

Bản tóm tắt

CÁC MÔN ĐỒ TRƯỞNG THÀNH thành những sứ giả — mang văn hóa Vương quốc vào trường học, văn phòng, phương tiện truyền thông và chính trị. Esther nhận ra: sự phục hưng thực sự diễn ra từ Thứ Hai đến Thứ Bảy, chứ không chỉ riêng Chủ Nhật.

Câu hỏi phản ánh

1. Chúa đã đặt bạn ở đâu làm đại sứ của Ngài?
2. Làm thế nào để thể hiện các giá trị của Thiên đàng trong một nền văn hóa sa ngã?
3. Điều gì sẽ thay đổi nếu mọi tín đồ đều coi công việc của mình là một cánh đồng truyền giáo?

Tập trung cầu nguyện

"LẠY CHA, XIN HÃY BIẾN con thành sứ giả của Cha — trung thành, không sợ hãi và sinh hoa kết quả."

Hãy cầu nguyện cho nơi làm việc, cộng đồng hoặc quốc gia của bạn như là "sứ quán Thiên đàng" của bạn.

Ứng dụng cuộc sống

XÁC ĐỊNH MỘT MÔI TRƯỜNG sống hàng ngày (trường học, văn phòng, đường phố) và thực hiện một hành động cho Vương quốc — cầu nguyện, khích lệ, phục vụ hoặc chia sẻ một lẽ thật.

PHIÊN 6: Các quốc gia thức tỉnh

HA-BA-CÚC 2:14 | Thi Thiên 67:2

Bản tóm tắt

PHONG TRÀO MÔN ĐỒ HÓA lan rộng khắp toàn cầu — từ Nairobi đến New York, từ Cairo đến Seoul. Chính phủ, doanh nghiệp và phương tiện truyền thông bắt đầu chứng kiến sự biến đổi từ những tín đồ bình thường mang trong mình ân điển phi thường.

Câu hỏi phản ánh

1. "Đào tạo các dân tộc" có nghĩa là gì?
2. Làm thế nào sự vâng lời nhỏ có thể tạo nên sự phục hưng lớn?
3. Quốc gia hay nhóm người nào chiếm vị trí quan trọng trong trái tim bạn?

Tập trung cầu nguyện

"LẠY CHÚA, XIN HÃY LÀM cho đất tràn đầy sự hiểu biết của Ngài như nước che phủ biển cả."

Hãy cầu nguyện cho các nhà truyền giáo, những người truyền bá đạo lý và những nhà cải cách trên khắp các châu lục.

Ứng dụng cuộc sống

HÃY DÀNH MỘT NGÀY ĐỂ tìm hiểu về một quốc gia khác.

Cầu nguyện cho các nhà lãnh đạo, thanh thiếu niên và các nhà thờ của quốc gia đó. Hãy cầu xin Chúa giao cho bạn một nhiệm vụ toàn cầu.

PHIÊN 7: *Sự trở lại*

KHẢI HUYỀN 2:4–5 | Lu-ca 15:20

Bản tóm tắt

ANITA VÀ ESTHER TRỞ về Đường Vinh Quang — không phải để kêu gọi một lời cầu nguyện khác, mà là để xây dựng lại từ tình yêu. Họ đổi tiếng ồn lấy sự nuôi dưỡng, đổi hào nhoáng lấy lòng trung thành. Cánh cửa từng khóa Chúa Jesus bên ngoài giờ đã mở toang.

Câu hỏi phản ánh

1. "Trở lại với tình yêu ban đầu" có ý nghĩa gì đối với cá nhân bạn?
2. Làm thế nào các nhà thờ có thể khôi phục lại sự ấm áp sau khi lạc lối?
3. Những dấu hiệu nào cho thấy Chúa Kitô thực sự lại là trung tâm?

Tập trung cầu nguyện

"XIN BAN LẠI CHO CHÚNG con niềm vui cứu rỗi, và đổi mới lòng chúng con."

Hãy cầu nguyện để được phục hồi trong cách sống của bạn — không phải về hoạt động, mà là về tình cảm.

Ứng dụng cuộc sống

HÃY ĐẾN THĂM "BÀN THỜ đầu tiên" của bạn — một nhà thờ, địa điểm, hoặc khoảnh khắc mà Chúa đã từng gặp bạn.

Cảm ơn Ngài vì những gì Ngài đã mang bạn đến — rồi cầu xin Ngài đào sâu lòng sùng kính của bạn.

PHIÊN 8: Lời kết — Tấm gương tiên tri

KHẢI HUYỀN 3:19–20 | Phi-líp 1:6

Bản tóm tắt

"ĐƯỢC CỨU NHƯNG LẠC Lối" không kết thúc bằng thất bại mà là sự chuyển hướng thiêng liêng.

Nó là tấm gương phản chiếu của Thiên Đàng cho thế hệ chúng ta — kêu gọi các tín đồ trở về để bước đi, chứ không phải chạy trốn. Từ những người cải đạo thành bạn đồng hành. Từ tiếng ồn ào thành sự hiểu biết.

Câu hỏi phản ánh

1. Chúa đã phá vỡ những ảo tưởng nào trong hành trình đức tin của bạn?
2. Câu chuyện này có thể định hình cách bạn truyền đạt kiến thức cho người khác như thế nào?
3. được tìm thấy lại" có ý nghĩa gì với bạn?

Tập trung cầu nguyện

"LẠY CHÚA GIÊ-SU, CẢM ơn Ngài đã gõ cửa. Chúng con lại mở ra mọi cánh cửa."

Cầu nguyện rằng thế hệ này sẽ coi trọng chiều sâu hơn là sự phô trương.

Ứng dụng cuộc sống

CAM KẾT ĐỒNG HÀNH CÙNG một tín đồ mới trong 40 ngày.

Cùng nhau học hỏi. Cùng nhau ăn uống. Cùng nhau trưởng thành. Thiên đàng vui mừng trên mỗi bước chân.

BUỔI 9: Đến lượt bạn — Viết chương của bạn

GIĂNG 21:25 | Ma-thi-ơ 28:19–20

Bản tóm tắt

NẾU CÂU CHUYỆN NÀY được viết ra ngày hôm nay, cuộc đời bạn sẽ dài như một trang giấy.

Sự vâng lời của mỗi môn đồ sẽ thêm một câu Kinh Thánh vào câu chuyện đang diễn ra của Chúa.

Câu hỏi phản ánh

1. Chương của bạn sẽ nói gì?
2. Bạn sẽ dạy dỗ ai tiếp theo?
3. Cuộc sống của bạn sẽ phản ánh tấm lòng của Chúa Kitô như thế nào ngoài ngày Chủ Nhật?

Tập trung cầu nguyện

"LẠY CHÚA, XIN HÃY VIẾT tên con vào câu chuyện Ngài vẫn đang kể."

Mời Chúa Thánh Linh tác giả sự vâng phục của bạn.

Ứng dụng cuộc sống

HÃY BẮT ĐẦU GHI LẠI hành trình của bạn.

Ghi lại những lời chứng thực. Ghi lại những bài học. Chia sẻ hy vọng. Một ngày nào đó, có thể ai đó sẽ đọc được cuộc đời bạn — và gặp được Chúa Giê-su.

Suy nghĩ cuối cùng:

BẠN KHÔNG *được cứu để ngồi yên* .

Bạn được *cứu để phục vụ, trưởng thành và ra đi* .

Mỗi quyết định theo Chúa Kitô phải trở thành một hành trình **với** Chúa Kitô.

Đó là cách Thiên Đàng đo lường thành công — từng môn đồ một.

Làm thế nào để được tái sinh và bắt đầu một cuộc sống mới với Chúa Kitô

Có thể bạn đã từng đồng hành cùng Chúa Giê-su, hoặc có thể bạn chỉ vừa mới gặp Ngài trong 40 ngày này. Nhưng ngay lúc này, có điều gì đó bên trong bạn đang trỗi dậy.

Bạn đã sẵn sàng cho nhiều thứ hơn là tôn giáo.

Bạn đã sẵn sàng cho **một mối quan hệ** .

Bạn đã sẵn sàng để nói: "Chúa Giê-su ơi, con cần Ngài."

Sự thật là:

"Vì mọi người đều đã phạm tội; chúng ta thảy đều thiếu mất tiêu chuẩn vinh quang của Đức Chúa Trời... nhưng Đức Chúa Trời, trong ân điển của Ngài, đã khiến chúng ta trở nên công chính trước mặt Ngài cách nhưng không."

— Rô-ma 3:23–24 (Bản Dịch Mới)

Bạn không thể tự cứu mình.

Bạn không thể sửa đổi bản thân. Nhưng Chúa Giê-su đã trả giá đầy đủ — và Ngài đang chờ đợi để chào đón bạn trở về nhà.

Làm thế nào để được tái sinh

Được tái sinh có nghĩa là đầu phục cuộc đời bạn cho Chúa Giê-su — chấp nhận sự tha thứ của Ngài, tin rằng Ngài đã chết và sống lại, và tiếp nhận Ngài làm Chúa và Cứu Chúa của bạn.

Thật đơn giản. Thật mạnh mẽ. Nó thay đổi mọi thứ.

Hãy cầu nguyện lớn tiếng:

"Lạy Chúa Jêsus, con tin Ngài là Con Đức Chúa Trời.

Con tin Ngài đã chết vì tội lỗi con và đã sống lại. Con thú nhận rằng con đã phạm tội và con cần sự tha thứ của Ngài. Hôm nay, con ăn năn và từ bỏ đường lối cũ. Con mời Ngài ngự vào đời sống con để làm Chúa và Cứu Chúa của con. Xin hãy rửa sạch con. Xin đổ đầy Thánh Linh Ngài vào con. Con tuyên bố rằng con đã được tái sinh, được tha thứ và được tự do. Từ nay trở đi, con sẽ theo Ngài — và con sẽ sống theo bước chân Ngài. Cảm tạ Ngài đã cứu con. Nhân danh Chúa Jêsus, A-men."

Những bước tiếp theo sau khi được cứu rỗi

1. **Nói với ai đó** – Chia sẻ quyết định của bạn với một người có đức tin mà bạn tin tưởng.
2. **Tìm một Hội Thánh dựa trên Kinh Thánh** – Tham gia một cộng đồng dạy và sống Lời Chúa. Truy cập các mục vụ của God's Eagle trực tuyến qua https://www.otakada.org [1]hoặc https://chat.whatsapp.com/H67spSun32DDTma8TLh0ov
3. **Làm lễ rửa tội** – Thực hiện bước tiếp theo để công khai tuyên bố đức tin của bạn.
4. **Đọc Kinh Thánh hằng ngày** – Bắt đầu với Phúc âm John.
5. **Cầu nguyện mỗi ngày** – Hãy nói chuyện với Chúa như một người bạn và một người Cha.
6. **Giữ kết nối** – Hãy ở bên những người khuyến khích bạn theo đuổi con đường mới.
7. **Bắt đầu quá trình môn đồ hóa trong cộng đồng** – Phát triển mối quan hệ một-một với Chúa Jesus Christ thông qua các liên kết này

Chương trình môn đồ hóa 40 ngày 1 - https://www.otakada.org/get-free-40-days-online-discipleship-course-in-a-journey-with-jesus/

40 Đệ tử 2 - https://www.otakada.org/get-free-40-days-dna-of-discipleship-journey-with-jesus-series-2/

1. https://www.otakada.org

Khoảnh khắc cứu rỗi của tôi

Ngày : ______________________________

Chữ ký : _________________________

"Nếu ai ở trong Đấng Christ, người ấy là người dựng nên mới; những gì cũ đã qua đi, nầy mọi sự đều trở nên mới!"

— 2 Cô-rinh-tô 5:17

Giấy chứng nhận cuộc sống mới trong Chúa Kitô

Tuyên bố Cứu rỗi – Tái sinh bởi Ân điển

Điều này chứng nhận rằng

____

(Họ và tên đầy đủ)

đã công khai tuyên bố **đức tin vào Chúa Giê-su Christ**

là Chúa và Cứu Chúa và đã nhận được món quà cứu rỗi miễn phí qua sự chết và sự phục sinh của Ngài.

"Nếu anh em công khai tuyên xưng Đức Chúa Jêsus là Chúa và tin trong lòng rằng Đức Chúa Trời đã khiến Ngài từ cõi chết sống lại, thì anh em sẽ được cứu."

— Rô-ma 10:9 (Bản Dịch Mới)

Vào ngày này, thiên đàng hân hoan và một hành trình mới bắt đầu.

Ngày quyết định : ______________________

Chữ ký : ____________________________

Tuyên bố cứu rỗi

"Hôm nay, tôi dâng hiến cuộc đời mình cho Chúa Giê-su Christ.

Tôi tin Ngài đã chết vì tội lỗi tôi và đã sống lại. Tôi xin nhận Ngài làm Chúa và Cứu Chúa của tôi. Tôi được tha thứ, được tái sinh và được đổi mới. Từ giờ phút này trở đi, tôi sẽ bước theo dấu chân Ngài."

Chào mừng đến với Gia đình của Chúa!

Tên của bạn đã được ghi trong Sách Sự Sống của Chiên Con.

Câu chuyện của bạn chỉ mới bắt đầu — và nó là vĩnh cửu.

KẾT NỐI VỚI GOD'S EAGLE MINISTRIES

- Trang web: www.otakada.org[1]
- Chuỗi bài viết về Sự giàu có vượt qua lo lắng: www.wealthbeyondworryseries.com[2]
- Email: ambassador@otakada.org

- **Hỗ trợ công việc này:**

Hỗ trợ các dự án, sứ mệnh của vương quốc và các nguồn tài nguyên toàn cầu miễn phí thông qua việc đóng góp theo giao ước.

Quét mã QR để quyên góp

https://tithe.ly/give?c=308311

Sự hào phóng của bạn giúp chúng tôi tiếp cận nhiều tâm hồn hơn, chuyển giao tài nguyên, hỗ trợ các nhà truyền giáo và xây dựng hệ thống môn đồ hóa trên toàn cầu. Cảm ơn bạn!

Give in the Spirit of Luke 6:38

1. https://www.otakada.org

2. https://www.wealthbeyondworryseries.com

3. THAM GIA CỘNG ĐỒNG WhatsApp Covenant của chúng tôi

Nhận thông tin cập nhật, nội dung sùng đạo và kết nối với những tín đồ có tinh thần giao ước trên toàn thế giới.

Quét để tham gia

https://chat.whatsapp.com/H67spSun32DDTma8TLh0ov

Giới thiệu về tác giả

Zacharias Godseagle

Zacharias Godseagle là một tiếng nói tiên tri và một giáo viên với niềm đam mê mang Lời Chúa vào lòng các tín hữu. Được biết đến với những hiểu biết sâu sắc về chiến tranh tâm linh, cầu nguyện và sự giải cứu, ông là tác giả của nhiều bài suy ngẫm và hướng dẫn tiên tri truyền cảm hứng cho sự biến đổi trong cá nhân, gia đình và quốc gia. Các bài viết của ông nhấn mạnh việc áp dụng Kinh Thánh thực tế để chiến thắng mỗi ngày và mở rộng vương quốc.

Comfort Ladi Ogbe

Comfort Ladi Ogbe là một người phụ nữ của cầu nguyện, cầu thay và mục vụ thực tế. Cô đã cống hiến cả cuộc đời mình để nuôi dưỡng tâm hồn, tìm kiếm những người cầu thay, và trang bị cho phụ nữ và gia đình sống trọn vẹn cả tâm hồn, linh hồn và thể xác. Công việc giảng dạy và chăm sóc mục vụ của cô phản ánh một tấm lòng trắc ẩn, lôi kéo mọi người vào vòng tay chữa lành của Chúa Kitô và trao quyền cho họ khám phá vận mệnh mà Chúa đã ban cho họ.

Đại sứ Monday O. Ogbe

Đại sứ Monday O. Ogbe là một **Chiến lược gia Chuyển đổi Quốc gia** , mục sư và cố vấn, người kết nối đức tin, quản trị và chiến lược an ninh. Ông là người sáng lập **God's Eagle Ministries (GEM)** và đã đóng vai trò quan trọng trong việc phát triển các kế hoạch quốc gia về lãnh đạo, an ninh và chuyển đổi, dựa trên các nguyên tắc của vương quốc. Các bài viết và lời dạy của ông kêu gọi các tín đồ vươn lên thành những nhà cải cách, tái thiết quốc gia thông qua sự hiểu biết sâu sắc, công nghệ và hợp tác, đồng thời vẫn bám chặt vào sự cầu nguyện và chiến đấu tâm linh.

Nhà xuất bản

Cuốn sách này được xuất bản dưới sự bảo trợ chung của **Zacharias Godseagle** và **God's Eagle Ministries (GEM)** , một mục vụ chuyên trang bị cho Thân thể Đấng Christ những công cụ để môn đồ hóa, giải cứu và biến đổi các quốc gia.

SÁCH & TÀI NGUYÊN ĐƯỢC ĐỀ XUẤT

7 NGÀY CHIẾN TRANH TÂM LINH & PHỤC HỒI - đây là Phần 1

Trói buộc kẻ thù, trả lại bảy mũi tên và khôi phục vận mệnh của bạn

https://shop.ingramspark.com/b/084?params=8mPzqUl73Ex7uPyeO7ydyt8EGkkB6u2gX1jZvWU8j1C

Liên kết sách điện tử - https://www.amazon.com/DAYS-SPIRITUAL-WARFARE-RECOVERY-Returning-ebook/dp/B0FMPJM5KZ

TỪ BÓNG TỐI ĐẾN QUYỀN THỐNG TRỊ: 40 ngày để thoát khỏi sự kìm kẹp của bóng tối

Một sự sùng kính toàn cầu về nhận thức, giải thoát và sức mạnh - Dành cho các cá nhân, gia đình và quốc gia sẵn sàng được tự do

BÌA MỀM

https://shop.ingramspark.com/b/084?params=aVgp21QfwJxNANkfMxIQ0yejuFCVY12KFr978SRkZUD

Amazon - https://www.amazon.com/DARKNESS-DOMINION-Devotional-Awareness-Deliverance-ebook/dp/B0FLDH2Y67

- *Giải thoát khỏi quyền lực bóng tối* (**Bìa mềm**) — Mua tại đây [1]| Sách điện tử [2]trên Amazon[3]

- **Đánh giá hàng đầu từ Hoa Kỳ:**
    - **Khách hàng Kindle** : "Cuốn sách Cơ đốc giáo hay nhất từ trước đến nay!" (5 sao)

NGỢI KHEN CHÚA GIÊ-su vì lời chứng này. Tôi đã được ban phước rất nhiều và muốn giới thiệu cho mọi người đọc cuốn sách này... Vì tiền công của tội lỗi là sự chết, nhưng ân điển của Đức Chúa Trời là sự sống đời đời. Shalom! Shalom!

- **Da Gster** : "Đây là một cuốn sách rất thú vị và khá kỳ lạ." (5 sao)

Nếu những gì được nói trong sách là đúng thì chúng ta thực sự đang tụt hậu rất xa so với những gì kẻ thù có thể làm! ... Đây là điều cần thiết cho bất kỳ ai muốn tìm hiểu về chiến tranh tâm linh.

1. https://shop.ingramspark.com/b/084?params=oeYbAkVTC5ao8PfdVdzwko7wi6IQimgJY2779NaqG4e
2. https://www.amazon.com/Delivered-Power-Darkness-AFRICAN-DELIVERED-ebook/dp/B0CC5MM4MV
3. https://www.amazon.com/Delivered-Power-Darkness-AFRICAN-DELIVERED-ebook/dp/B0CC5MM4MV

- **Visa** : "Tôi thích cuốn sách này" (5 sao)

Đây là một sự thật mở mang tầm mắt... một lời thú nhận chân thành... Gần đây tôi đã tìm kiếm nó khắp nơi để mua. Thật vui khi mua được nó trên Amazon.

- **FrankJM** : "Khá khác biệt" (4 sao)

Cuốn sách này nhắc tôi nhớ về cuộc chiến tâm linh thực sự. Nó cũng gợi nhớ đến lý do cần phải mặc lấy "Toàn bộ Giáp Trụ của Đức Chúa Trời".

- **JenJen** : "Tất cả những ai muốn lên Thiên đường hãy đọc bài này!" (5 sao)

Cuốn sách này đã thay đổi cuộc đời tôi rất nhiều. Cùng với lời chứng của John Ramirez, nó sẽ khiến bạn nhìn nhận đức tin của mình theo một cách khác. Tôi đã đọc nó 6 lần rồi!

- *Cựu tín đồ Satan: The James Exchange* (Bìa mềm) — Mua tại đây [4]| Sách điện tử [5]trên Amazon[6]

---

4. https://shop.ingramspark.com/b/084?params=I2HNGtbqJRbal8OxU3RMTApQsLLxcUCTC8zUdzDy0W1

5. https://www.amazon.com/JAMESES-Exchange-Testimony-High-Ranking-Encounters-ebook/dp/B0DJP14JLH

6. https://www.amazon.com/JAMESES-Exchange-Testimony-High-Ranking-Encounters-ebook/dp/B0DJP14JLH

- ***LỜI CHỨNG CỦA MỘT NGƯỜI PHI CŨ THEO ĐỒNG TÔN GIÁO SATAN** - Mục sư JONAS LUKUNTU MPALA* (Bìa mềm) — Mua tại đây [7]| Sách điện tử [8]trên Amazon[9]

- *Greater Exploits 14* (Bìa mềm) — Mua tại đây [10]| Sách điện tử [11]trên Amazon[12]

7. https://shop.ingramspark.com/b/084?params=0Aj9Sze4cYoLM5OqWrD20kgknXQQqO5AZYXcWtoMqWN
8. https://www.amazon.com/TESTIMONY-African-EX-SATANIST-Pastor-Jonas-ebook/dp/B0DJDLFKNR
9. https://www.amazon.com/TESTIMONY-African-EX-SATANIST-Pastor-Jonas-ebook/dp/B0DJDLFKNR
10. https://shop.ingramspark.com/b/084?params=772LXinQn9nCWcgq572PDsqPjkTJmpgSqrp88b0qzKb
11. https://www.amazon.com/Greater-Exploits-MYSTERIOUS-Strategies-Countermeasures-ebook/dp/B0CGHYPZ8V
12. https://www.amazon.com/Greater-Exploits-MYSTERIOUS-Strategies-Countermeasures-ebook/dp/B0CGHYPZ8V

- *Out of the Devil's Cauldron* của John Ramirez — Có sẵn trên Amazon[13]
- *Ngài Đến Để Giải Thoát Những Kẻ Bị Tù* của Rebecca Brown — Tìm trên Amazon[14]

CÁC CUỐN SÁCH KHÁC do tác giả xuất bản – Hơn 1000 đầu sách

Được yêu thương, được chọn lựa và trọn vẹn : Hành trình 30 ngày từ sự từ chối đến **sự phục hồi** được dịch sang 40 ngôn ngữ trên thế giới

https://www.amazon.com/Loved-Chosen-Whole-Rejection-Restoration-ebook/dp/B0F9VSD8WL

https://shop.ingramspark.com/b/084?params=xga0WR16muFUwCoeMUBHQ6HwYjddLGpugQHb3DVa5hE

13. https://www.amazon.com/Out-Devils-Cauldron-John-Ramirez/dp/0985604306

14. https://www.amazon.com/He-Came-Set-Captives-Free/dp/0883683239

Loved, Chosen
and Whole
A 30-Day Journey
from Rejection to
Restoration

THEO BƯỚC CHÂN NGÀI — Thử Thách WWJD 40 Ngày:
Sống như Chúa Jesus trong những câu chuyện có thật trên khắp thế giới

https://www.amazon.com/His-Steps-Challenge-Real-Life-Stories-ebook/dp/B0FCYTL5MG

https://shop.ingramspark.com/b/084?params=DuNTWS59IbkvSKtGFbCbEFdv3Zg0FaITUEvlK49yLzB

CHÚA GIÊSU Ở CỬA:

40 Câu chuyện đau lòng và Lời cảnh báo cuối cùng của Thiên đàng dành cho các nhà thờ NGÀY NAY

https://www.amazon.com/dp/B0FDX31L9F

https://shop.ingramspark.com/b/084?params=TpdA5j8WPvw83glJ12N1B3nf8LQte2a1lIEy32bHcGg

ĐỜI SỐNG GIAO ƯỚC: 40 Ngày Bước Đi Trong Phước Lành của Phục Truyền Luật Lệ Ký 28

- https://www.amazon.com/dp/B0FFJCLDB5

Những câu chuyện từ những con người thực, sự vâng lời thực và sự https://shop.ingramspark.com/b/084?params=bH3pzfz1zdCOLpbs7tZYJNYgGcYfU32VMz3J3a4e2Qt

CHUYỂN ĐỔI TRÊN 20 ngôn ngữ

BIẾT CÔ ẤY & BIẾT ANH ẤY:

40 ngày để chữa lành, thấu hiểu và có được tình yêu bền vững

HTTPS://WWW.AMAZON.com/KNOWING-HER-HIM-Healing-Understanding-ebook/dp/B0FGC4V3D9[15]

https://shop.ingramspark.com/b/084?params=vC6KCLoI7Nnum24BVmBtSme9i6k59p3oynaZOY4B9Rd

HOÀN CHỈNH, KHÔNG CẠNH TRANH:

Hành trình 40 ngày hướng tới mục đích, sự đoàn kết và hợp tác

---

15. https://www.amazon.com/KNOWING-HER-HIM-Healing-Understanding-ebook/dp/B0FGC4V3D9

HTTPS://SHOP.INGRAMSPARK.com/b/084?params=5E4v1tHgeTqOOuEtfTYUzZDzLyXLee30cqYo0Ov9941[16]
https://www.amazon.com/COMPLETE-NOT-COMPETE-Journey-Collaboration-ebook/dp/B0FGGL1XSQ/

MÃ SỐ SỨC KHỎE THIÊNG LIÊNG - 40 Chìa khóa hàng ngày để kích hoạt sự chữa lành thông qua Lời Chúa và sự sáng tạo Mở khóa sức mạnh chữa lành của thực vật, lời cầu nguyện và hành động tiên tri

16. https://shop.ingramspark.com/b/084?params=5E4v1tHgeTqOOuEtfTYUzZDzLyXLee30cqYo0Ov9941

HTTPS://SHOP.INGRAMSPARK.com/b/
084?params=xkZMrYcEHnrJDhe1wuHHYixZDViiArCeJ6PbNMTbTux[17]
https://www.amazon.com/dp/B0FHJT42TK

BẠN CÓ THỂ TÌM THẤY những cuốn sách khác trên trang tác giả https://www.amazon.com/stores/Ambassador-Monday-O.-Ogbe/author/B07MSBPFNX

17. https://shop.ingramspark.com/b/084?params=xkZMrYcEHnrJDhe1wuHHYixZDViiArCeJ6PbNMTbTux

www.ingramcontent.com/pod-product-compliance
Lightning Source LLC
LaVergne TN
LVHW060301051026
849517LV00003B/897